Hành trình tri ân của một vị tướng

The gratitude journey of a Lieutenant General

Kiều Bích Hậu

Ukiyoto Publishing

All global publishing rights are held by

Ukiyoto Publishing

Published in 2024

Content Copyright © Kiều Bích Hậu

ISBN 9789364942171

All rights reserved.
No part of this publication may be reproduced, transmitted, or stored in a retrieval system, in any form by any means, electronic, mechanical, photocopying, recording or otherwise, without the prior permission of the publisher.

The moral rights of the author have been asserted.

This is a work of fiction. Names, characters, businesses, places, events, locales, and incidents are either the products of the author's imagination or used in a fictitious manner. Any resemblance to actual persons, living or dead, or actual events is purely coincidental.

This book is sold subject to the condition that it shall not by way of trade or otherwise, be lent, resold, hired out or otherwise circulated, without the publisher's prior consent, in any form of binding or cover other than that in which it is published.

www.ukiyoto.com

Contents

Lời đầu sách 1

1. Triết lý Tri ân theo suốt cuộc đời 3

2. Đời binh nghiệp kết tinh thành sách quý 6

3. Học tập những bậc thầy quân sự để làm thầy theo cách của mình 13

4. Một bóng hồng bên vị tướng tài 19

5. Ba cái Tết đặc biệt đời binh nghiệp 23

6. Ký ức thời đi học tại Trường Frunze của Liên Xô 28

7. Những chuyến thăm cây thị ở Phủ Khống 40

8. Ký ức và suy ngẫm 43

9. Ký ức tháng 7 của một vị tướng 48

10. Tạo vườn rau thuốc tại nhà mùa Covid-19 51

11. Biết ơn những người thầy ấn tượng nhất thời mới nhập ngũ 55

12. Cần tuyên dương Anh hùng trong chống dịch 58

13. Thêm một lần biết ơn nước Nga 62

14. "Cầu ông Hiệu" – kết nối phát triển 65

15. Nơi hội tụ và lan tỏa tri thức 69

16. Tình bạn vong niên giữa một vị tướng và một nhà văn 74

17. Hãy tôn tạo sông Hồng xứng với lịch sử, địa thế, tiềm năng 80

18. Lịch sử không chỉ là quá khứ 84

19. Tri ân đồng đội - Hành trình tôn vinh ký ức vàng
88

20. Thượng tướng Nguyễn Huy Hiệu và một nhiệm vụ với Bác Hồ 93

21. Đi theo vị tướng để học đạo vui 95

22. Sách với một vị tướng - Di sản độc đáo Tri ân cuộc đời 98

23. Vị tướng trồng 7 cây Tri ân 102

24. Một kỷ niệm sâu sắc trong "Hội thảo 50 năm Chiến thắng Điện Biên Phủ" 107

25. Tướng Hiệu và 4 bức ảnh lịch sử 111

ENGLISH VERSION 123

Preface 124

1. Philosophy of Gratitude throughout life 126

2. The soldier's life crystallizes into valuable books 128

3. Study military masters to become a master in your own way 134

4. A rose beside the talented general 139

5. Three Special Tet celebrations of the military career 143

6. Memories of studying at the Frunze Acadamy in the Soviet Union 148

7. Times that General Hieu visited Thi tree in Khong Palace 158

8. Memories and reflections 161

9. Memories of a General in July 165

10. Growing a home herb garden during Covid-19 season … 168

11. Grateful to the most impressive teachers when I first joined the army … 172

12. Need to commend the Heroes in the fight against the pandemic … 175

13. Once again grateful to Russia … 178

14. "General Hieu Bridge" - Connecting Development … 181

15. A place where knowledge converges and spreads … 184

16. The eternal friendship between a general and a writer … 188

17. Let's beautify the Red River worthy of its history, geographical location, and potential … 194

18. History is not just the past … 198

19. Gratitude to Teammates - Journey to Honor Golden Memories … 201

20. General Nguyen Huy Hieu and a Mission with Uncle Ho … 206

21. Follow the General to enter the joyful path … 208

22. Books with a general - A unique legacy Grateful for life … 211

23. The general planted 7 Gratitude Trees … 214

24. A profound memory from the "50th Anniversary of the battle of Dien Bien Phu" Workshop … 218

25. Lieutenant General Hieu and 4 historical photos … 222

About the Author … *232*

Lời đầu sách

Khi đang say sưa với nhịp sống gấp gáp và không ngừng biến đổi của thời hiện đại, chúng ta dễ dàng bị cuốn vào dòng chảy vô tận của công việc và trách nhiệm cá nhân, quên đi những giá trị cốt lõi đã tạo nên bản sắc và tinh thần của mỗi con người. Chính vì lẽ đó, hành trình tri ân đầy ý nghĩa của Thượng tướng Nguyễn Huy Hiệu như một ngọn đuốc sáng, soi rọi và nhắc nhở chúng ta về tầm quan trọng của lòng biết ơn và sự gắn kết giữa các thế hệ.

Thượng tướng Nguyễn Huy Hiệu, một cựu chiến binh dũng cảm, một vị tướng quân đội đầy kinh nghiệm và lòng nhân ái, đã dành thời gian quý báu và tâm huyết của mình để tri ân đất nước, đồng đội, đồng bào khắp mọi miền tổ quốc. Hành trình của ông không chỉ dừng lại ở việc tri ân các thế hệ đi trước, mà còn là lòng biết ơn sâu sắc đối với dòng tộc, quê hương và Cha Mẹ - những người đã nuôi dưỡng và hun đúc tinh thần cũng như nhân cách của ông.

Qua những trang viết này, chúng ta sẽ được chứng kiến một hành trình thắp lên ngọn lửa yêu thương và hy vọng, mang đến những bài học quý giá về lòng biết ơn, tình yêu quê hương, và sự kiên định trong việc gìn giữ những giá trị truyền thống. Hành trình của tướng Hiệu là một nguồn cảm hứng sâu sắc, khơi dậy trong chúng ta khát khao sống một cuộc đời ý nghĩa, đầy lòng nhân ái và trách nhiệm.

Hy vọng rằng, cuốn sách này sẽ mang lại cho bạn đọc không chỉ là những câu chuyện chân thực, cảm động về tinh thần một người lính, một vị tướng, mà còn là những suy ngẫm sâu sắc về hành trình tri ân - một hành trình mà mỗi chúng ta đều có thể và nên thực hiện trong cuộc đời mình.

(Tác giả **Kiều Bích Hậu**)

1. Triết lý Tri ân theo suốt cuộc đời

Thượng tướng Nguyễn Huy Hiệu, một nhân vật lịch sử mang dấu ấn và tầm vóc của Việt Nam, không chỉ được biết đến với những thành tựu quân sự mà còn với triết lý sống sâu sắc về lòng tri ân. Cuộc đời và sự nghiệp của ông đã trở thành nguồn cảm hứng cho nhiều thế hệ, với tư duy: tri ân không chỉ dành cho đất nước, đồng đội, dòng họ, mà cả gia đình.

Sau khi nghỉ hưu, tướng Hiệu đã quyết định dành phần lớn thời gian của mình để thực hiện những dự án tri ân, thể hiện lòng biết ơn đối với cộng đồng, đất nước, và những người đã đồng hành cùng ông trong suốt sự nghiệp quân sự. Hành động này không chỉ là sự thể hiện của lòng biết ơn sâu sắc mà còn mang ý nghĩa quan trọng trong đời sống xã hội. Ông tâm niệm, càng biết ơn, càng được nhiều hơn. Nhiều hơn ở đây được hiểu là được nhiều tình cảm, trí huệ và năng lượng sống tích cực.

Các nghiên cứu chỉ ra rằng, thực hành lòng biết ơn có thể cải thiện tinh thần, giảm căng thẳng và trầm cảm. Đối với Tướng Hiệu, việc này có thể mang lại sự hài lòng, bình an trong tâm trí, và ý nghĩa sâu sắc cho cuộc sống sau khi nghỉ hưu. Hơn nữa, hành động của tướng Hiệu có thể trở thành nguồn cảm hứng cho những người khác, trở thành nét văn hóa riêng, biểu hiện sống đẹp, khích lệ họ sống có ích hơn và chia sẻ nhiều hơn với cộng đồng. Thông qua việc thực hiện các dự án tri ân, tướng Hiệu cũng đang gián tiếp giáo dục thế hệ trẻ về giá trị của lòng biết ơn và tầm quan trọng của việc đóng góp cho xã hội.

Đối với Thượng tướng Nguyễn Huy Hiệu, tri ân đất nước và đồng đội là ưu tiên hàng đầu. Sau khi chiến tranh kết thúc, ông đã không ngừng vận động đồng bào ở Quảng Trị và cả nước tri ân những người đã hy sinh. Qua việc xây dựng các công trình ý nghĩa ơn sâu như Tượng đài hoài niệm, cụm văn hóa tâm linh tại Gio An, Điểm cao 31, công trình cao điểm 82, và công trình khu tưởng niệm và đền thờ 2500 liệt sĩ Trung đoàn 27 tại xã Triệu Long, huyện Triệu Phong (Quảng Trị), cùng Chùa Gio An, ông đã tạo dựng nên những nơi thiêng liêng để tưởng niệm, tri ân những người lính đã anh dũng ngã xuống vì độc lập, tự do cho dân tộc.

Đặc biệt, hành trình tri ân của ông còn hướng về những người đã giúp đỡ mình trong những năm tháng khó khăn của chiến tranh. Tiêu biểu là câu chuyện về bà Sáu Ngẫu ở miền Nam, thường được nhắc đến là "Bà má miền Nam với tấm bản đồ giúp quân giải phóng tiến vào Sài Gòn" người đã cưu mang và chỉ dẫn ông trong thời kỳ kháng chiến. Sự tri ân của ông đối với má Sáu không chỉ thể hiện qua lời nói mà còn qua những hành động cụ thể và thiết thực.

Tiếp đến, tri ân đối với dòng họ và gia đình cũng được ông coi trọng không kém. Về quê hương mình tại Hải Hậu (Nam Định), ông đã vận động đầu tư xây dựng nghĩa trang tại quê nhà trị giá 3 tỷ đồng, xây trạm xá, trường học, nhà truyền thống xã trị giá gần 1 tỷ đồng, và khoa Đông y Hải Thượng Lãn Ông với kinh phí lên đến 2,5 tỷ đồng. Không chỉ vậy, ông còn quyên góp 24 bộ máy vi tính tặng nhà trường Trung học cơ sở xã Hải Long, góp phần nâng cao chất lượng giáo dục cho thế hệ trẻ tại quê nhà.

Triết lý sống của Thượng tướng Nguyễn Huy Hiệu nhấn mạnh sự cần thiết của việc tri ân đất nước, đồng đội, đồng bào và cuối cùng là gia đình, tổ tiên. Cuộc đời và sự nghiệp của ông không chỉ là minh chứng cho sức mạnh của lòng tri ân mà còn là bài học sâu sắc về việc sống có trách nhiệm và biết ơn. Thông qua những hành động biết ơn của mình, Thượng tướng Hiệu đã để lại một dấu ấn không thể phai mờ trong lòng người dân Việt Nam, trở thành tấm gương sáng về đức hạnh và lòng nhân ái, trao truyền cho thế hệ trẻ ý nghĩa sống đẹp với nghĩa cử cao cả.

2. Đời binh nghiệp kết tinh thành sách quý

Ngay từ thuở ấu thơ, khi bắt đầu có nhận thức, cậu bé Nguyễn Huy Hiệu sinh ra ở cùng quê Hải Hậu, Nam Định không hề nghĩ sau này mình sẽ là một vị tướng trận tài ba. Toàn bộ cuộc đời ông, tuân theo một lẽ tự nhiên, ông vui vẻ đón nhận bất cứ điều gì đến với mình, không quá kỳ vọng, và vì thế, mà ông lại đạt thành tựu ý nghĩa trong mọi việc. Và điều tự nhiên nhất, đó là đời binh nghiệp của ông, đã kết tinh thành nhiều cuốn sách, thành quà tặng cho mọi người dân, chứ không chỉ quân nhân.

Một điểm sáng độc đáo, trong cuộc đời Thượng tướng Nguyễn Huy Hiệu, đó là trong từng giai đoạn cuộc đời, trong từng mảng hoạt động đa dạng, ông đều có sách để lại, khi thì ông viết, khi thì các nhà văn, nhà báo viết về ông. Một kho báu kiến thức đa dạng, từ nghệ thuật quân sự, tới khoa học về môi trường, đến những giải pháp cho thiên tai, địch họa (nội xâm và ngoại xâm), và những triết lý sống thông thái, được truyền đạt một cách giản dị, dễ hiểu qua lẽ thật, lẽ sống ông trải nghiệm, đúc rút được.

Trong bài viết này, chúng ta hãy cùng điểm lại những cuốn sách ấy, về cuộc đời Thượng tướng Nguyễn Huy Hiệu.

- **Ấn tượng đầu tiên là tập bút ký "Bến sông tuổi thơ"** của nhà văn Lê Hoài Nam, xuất bản năm 2010, với nguyên mẫu là Thượng tướng Nguyễn Huy Hiệu. Cuốn sách tái hiện những câu chuyện tuổi thơ của vị tướng gắn liền với quê hương Nam Định. Sinh ra ở vùng đất "địa linh nhân kiệt", thuở nhỏ tâm hồn Nguyễn Huy Hiệu đã thấm đẫm những hình ảnh và tinh thần quê hương qua phim "Ngày Lễ Thánh", tác phẩm "Bão biển" của Chu Văn. Nơi đây với hơn 500 nhà thờ và truyền thống kính chúa yêu nước, với hàng trăm ngôi chùa với tiếng chuông chiều rung ngân đã xây nền tảng nhân văn trong tính cách Nguyễn Huy Hiệu. Cũng chính vùng đất này, từng sản sinh ra những nhân vật tiêu biểu thời đại Hồ Chí Minh như kịch tác gia Đào Hồng Cẩm, nhà thơ Vũ Quần Phương,…Tình người, tình đất, truyền thống gia đình, quê hương của người con cùng vùng đất Hải Hậu (Nam Định) khiến nhà văn Lê Hoài Nam xúc động, thôi thúc ông cầm bút viết cuốn bút ký chân thực, sống động "Bến sông tuổi thơ". Tác giả đi sâu khai thác khía cạnh nhăn văn, tình người trong chiến tranh và sau chiến tranh, tạo mạch nguồn cảm xúc dạt dào, lan truyền từ trong trang sách đến với độc giả. Cuốn sách dùng thể loại bút ký nhưng lại có những trang văn đẹp thấp thoáng thể loại tuỳ bút miêu tả sống động quá trình Nguyễn Huy Hiệu sống ở quê hương, tới từng bước trưởng thành từ người lính ở chiến trường cho tới vị trí một tướng lĩnh dày dạn trận mạc. Không chỉ viết về tướng Hiệu của một thời binh lửa, cuốn sách còn thể hiện quá khứ đau thương, gian khổ nhưng vô cùng oai hùng, chứng tích của những người lính từng chiến đấu ở chiến trường máu lửa Quảng Trị. Là một cuốn sách giá trị, chứa đựng nhiều tư tưởng thời đại, "Bến sông tuổi thơ" đã

được trân trọng đưa vào Bảo tàng Nhà văn Việt Nam, làm tư liệu vô cùng quý giá để lại cho mai sau.
- **"Những bước chân không mỏi của người anh hùng"** là tập truyện, ký của nhiều tác giả, do nhà văn Lê Hoài Nam tuyển chọn và biên tập, được xuất bản năm 2016. Cuốn sách tập trung vào giai đoạn Nguyễn Huy Hiệu bắt đầu vào quân ngũ. Năm 17 tuổi, trước tình hình giặc giã, Nguyễn Huy Hiệu làm đơn tình nguyện đi bộ đội. Cũng như bao thanh niên trai tráng vùng quê mình, anh theo tiếng gọi của Bác Hồ, của non sông đất nước để đi chiến đấu, giành lại độc lập, tự do cho tổ quốc, nhân dân. Ngày 20/2/1965, ngay sau Tết, Nguyễn Huy Hiệu hành quân bộ từ Hải Hậu tới ga tàu tại Tp. Nam Định. Ăn bữa tối tại đó xong, anh lên tàu đến Nghệ An quê hương Bác Hồ. Anh đầu quân vào Trung đoàn 812, Sư đoàn 324 và tiếp đó là Trung đoàn 27, mặt trận B5, tập trung huấn luyện tại Nghi Ân, Nghi Lộc (Nghệ An). Kể từ đó, Nguyễn Huy Hiệu bắt đầu tham gia chiến đấu trên các chiến trường, hành quân dọc theo đường mòn Hồ Chí Minh vào chiến đấu trong mặt trận Bình Trị Thiên và làm nhiệm vụ quốc tế với nước bạn Lào. Trong rất nhiều trận chiến với địch, những chiến sĩ trẻ tuổi Việt Nam đồng lòng đồng sức chiến đấu anh dũng, trong đó có người lính mang tên Nguyễn Huy Hiệu. Đặc biệt, những năm tháng chiến đấu ở chiến trường Quảng Trị đã ghi dấu ấn đậm nét trong ký ức vị tướng. Đó là chặng đường chiến đấu gian khổ nhất, kéo dài gần 9 năm trời. Nguyễn Huy Hiệu đã cùng đồng đội của mình trải qua những năm tháng thanh xuân sung sức nhất, ngoan cường nhất tại mảnh đất Bình Trị Thiên

khói lửa. Trong suốt 10 năm từ 1965-1975, Nguyễn Huy Hiệu đã tham gia bốn chiến dịch lớn: Chiến dịch Mậu Thân 1968, Chiến dịch đường 9 Nam Lào, Chiến dịch Quảng Trị 1972, Chiến dịch Hồ Chí Minh lịch sử tháng 4/1975. Cũng trong giai đoạn hào hùng đó, Nguyễn Huy Hiệu được phong tặng danh hiệu Anh hùng quân Giải phóng Miền Nam Việt Nam (tháng 12/1973). Suốt đời binh nghiệp của mình, người Anh hùng đã tham gia 67 trận chiến đấu, trực tiếp đánh địch.

- **Bộ sách về nghệ thuật quân sự, gồm các cuốn: "Một thời Quảng Trị", "Một số vấn đề về nghệ thuật quân sự trong chiến tranh bảo vệ Tổ quốc", "Một số vấn đề về công tác đối ngoại quốc phòng Việt Nam".** Bộ sách này là những tổng hợp kinh nghiệm thực tế, đúc rút những tinh túy trong kiến thức về chiến tranh Việt Nam, được Thượng tướng Nguyễn Huy Hiệu chắt lọc, nâng lên thành học thuyết, cống hiến cho nền lý luận về nghệ thuật chiến tranh của đất nước ta. Kết thúc chiến tranh năm 1975, Nguyễn Huy Hiệu được cử đi học văn hóa-ngoại ngữ, sau đó được đào tạo tại trường Trung cấp quân sự (Học viện lục quân ngày nay), rồi đến Cao cấp quân sự (Học viện Quốc phòng ngày nay) của Bộ Quốc Phòng. Năm 1980 ông được bổ nhiệm Sư trưởng Sư đoàn 320 B Quân đoàn I. Tới năm 1983 ông được cử đi học tại Học viện quân sự Frunze của Liên Xô (cũ). Ông được bổ nhiệm Phó Tư lệnh thứ Nhất Quân đoàn I năm 1987, sau đó được cử đi làm nhiệm vụ ở phía Bắc. Một thời gian sau, ông được bổ nhiệm Tư lệnh Quân đoàn I. Cho tới năm 1994 Nguyễn Huy

Hiệu tiếp tục được bổ nhiệm Phó Tổng Tham mưu trưởng Quân đội Nhân dân Việt Nam. Năm 1998 ông là Thứ Trưởng Bộ Quốc phòng, được phân công phụ trách các Khối: Nhà trường, Khối Khoa học quân sự (đồng thời phụ trách Công nghiệp Quốc phòng Tổng Cục kỹ thuật), Đối ngoại quốc phòng Việt Nam (phụ trách Trung tâm Nhiệt đới Việt - Nga), Ủy Ban ứng phó sự cố, thiên tai và Phó Chủ tịch thường trực Ủy Ban quốc gia tìm kiếm cứu nạn (với công việc rà phá bom mìn vật nổ, giải quyết vấn đề Dioxin và Mia). Trong thời gian đó, ông đã viết 7 công trình khoa học về quân sự và đối ngoại, góp phần tham mưu cho Đảng và Nhà nước để nâng quan hệ đối tác chiến lược, hợp tác toàn diện với Liên Bang Nga. Với 7 công trình Khoa học quân sự có giá trị, tướng Hiệu được Viện Hàn lâm khoa học quân sự Liên Bang Nga bầu và trao bằng Viện sĩ về nghệ thuật chiến tranh. Đặc biệt, trong 7 năm làm thường trực Ủy Ban phòng chống thiên tai, tìm kiếm cứu nạn và Phó Ban phòng chống lụt bão Trung ương, từ thực tiễn chiến tranh và thiên tai, tướng Hiệu đã đề xuất nên phương châm 4 tại chỗ kinh điển:

- **Chỉ huy tại chỗ**
- **Lực lượng tại chỗ**
- **Vật chất tại chỗ**
- **Hậu cần tại chỗ**

Phương châm "4 tại chỗ" đã được vận dụng hiệu quả trên nhiều lĩnh vực, thậm chí vừa qua, trong đại dịch Covid-19, phương châm này cũng đã được vận dụng để phòng chống dịch thành công.

Một số cuốn sách về môi trường và kỹ năng, gồm các cuốn "Trung tâm nhiệt đới Việt – Nga: Mô hình mới về hợp tác khoa học công nghệ", "Quân đội với vấn đề giải quyết hậu quả sau chiến tranh", "Vận dụng phương châm 4 tại chỗ trong phòng chống thiên tai", "Quân đội với chiến lược bảo vệ môi trường".

Sau năm 2011, tướng Hiệu nghỉ hưu theo chế độ. Tuy nhiên, với cương vị là Viện sỹ Viện Hàn lâm khoa học quân sự Liên Bang Nga, ông tiếp tục làm việc, nghiên cứu cống hiến cho khoa học quân sự, môi trường và nhân đạo. Hành trình tri ân của tướng Hiệu dọc dài đất nước, từ Bắc vào Nam, đi đến đâu, ông gặp gỡ đồng đội, đồng chí, đồng bào, sẻ chia ngọt bùi, tặng quà và ôn lại những kỷ niệm chiến đấu, những bài học quý giá cho cuộc sống hôm nay. Trong các chuyến đi, sức lan tỏa từ hành động ân tình của ông, đã thu hút thêm nhiều người cùng chung tay làm việc nghĩa, đáp đền tiếp nối những người đã hy sinh tính mạng, xương máu cho cuộc sống hòa bình của chúng ta hôm nay. Tướng Hiệu đã trực tiếp viết và xuất bản 9 cuốn sách, trong đó, cuốn thứ 10 được ông đang thực hiện là "Một số vấn đề nghiên cứu về Quốc phòng Việt Nam".

Trong thời gian qua, các đồng đội là nhà văn, nhà báo, các bạn hữu nghề viết qua tư liệu cuộc đời tướng Hiệu cũng đã viết và xuất bản 11 cuốn sách về ông, trong đó có các cuốn "Vị tướng với mùa thu vàng", "Vị tướng Thành Nam", "Vị tướng 9 năm ở nhà con Rồng", "Vị tướng với an ninh môi trường", "Hoài niệm chiến trường xưa và đồng đội", "Vị tướng có duyên với con số 7"… Cuốn sách số 12 về tướng Hiệu cũng đang được thực hiện và dự kiến xuất bản trong năm 2022. Các đầu sách về tướng Hiệu không dừng lại ở đó, những cây viết chuyên nghiệp tiếp tục có nguồn cảm hứng từ ông, đang chắp bút viết những cuốn sách mới, như nguồn chảy chẳng bao giờ vơi cạn. Điều kỳ lạ này, có được rất tự nhiên, đó là bởi, Thượng tướng Nguyễn Huy Hiệu cứ để cho nguồn năng lượng vô tận của vũ trụ, được tuôn trào qua mình, mà ông chẳng cần quá cố gắng để đạt tới.

3. Học tập những bậc thầy quân sự để làm thầy theo cách của mình

Trong suốt cuộc đời binh nghiệp của mình, thượng tướng Nguyễn Huy Hiệu đã đi học, trải nghiệm thực tế chiến đấu, rút kinh nghiệm, chuyển hóa thành bài học mới, tiếp tục đi học, nghiên cứu, rồi quay trở lại áp dụng vào thực tiễn công tác quốc phòng, từ đó nâng lên thành những học thuyết giá trị cho khoa học quân sự, nghệ thuật chiến tranh. Vòng tròn kiến thức sống, chiến đấu, lao động thú vị đó của vị tướng đã khiến ông trở thành nhà khoa học quân sự truyền thụ những giá trị sống cho bao người.

Hoài bão khởi nghiệp làm thầy

Thượng tướng Nguyễn Huy Hiệu tâm sự, rằng thời ông ở lứa tuổi 17, ông có những hoài bão thôi thúc ông tìm cách thực hiện bằng được. Như bao thanh niên trai tráng thời cả nước sục sôi ý chí chiến đấu quét sạch giặc Mỹ xâm lược, chàng trai trẻ Nguyễn Huy Hiệu cũng khát khao được trở thành anh bộ đội Cụ Hồ. Anh dự tính: mình sẽ đi đánh giặc, giải phóng miền Nam thống nhất đất nước, giành độc lập dân tộc; Sau đó, khi đất nước hòa bình, mình sẽ trở thành nhà giáo, đi dạy học.

Do hoàn cảnh lịch sử lúc bấy giờ, Nguyễn Huy Hiệu biết có một cản trở lớn khiến anh khó thực hiện được hoài bão của mình. Anh vốn sinh ra trong một gia đình thuộc thành phần trung nông lớp trên, nên việc phấn đấu phát triển trong binh nghiệp sẽ khó khăn gấp bội phần. Hiểu rõ hoàn cảnh của mình, và với khí chất của một thanh niên hăng hái, trước khó khăn, anh không chùn bước, mà vui vẻ tập trung vào mục tiêu để vượt qua. Anh xác định, không gì là không thể, chỉ cần mình phấn đấu gấp nhiều lần những người có hoàn cảnh thuận lợi hơn, thì nhất định mình sẽ có thành tựu.

Nguyễn Huy Hiệu đã khai trung thực thành phần gia đình và bản thân khi xét lý lịch quân nhân. Tổ chức đi thẩm định lý lịch ba thế hệ: bản thân anh Hiệu, cha anh, ông anh, và thấy rằng, rất khó để kết nạp Đảng cho anh. Anh cần phải chứng tỏ mình qua thực tế chiến đấu xuất sắc hơn nữa, thì mới có thể vượt qua được sự thử thách của tổ chức Đảng. Nguyễn Huy Hiệu đi bộ đội năm 1965, chiến đấu trong điều kiện gian khổ nhất, với những thách thức khắc nghiệt nhất. Đến năm 1967, anh được nhận danh hiệu Chiến sĩ quyết thắng. Thật hợp thời, khi lúc đó, Tổng cục Chính trị có chỉ thị, rằng những chiến sĩ qua nhiều thử thách đặc biệt trong chiến đấu được ghi công thì sẽ được đưa vào ngạch sĩ quan, phong Thiếu úy. Nhờ đó, Mậu Thân năm 1968, Nguyễn Huy Hiệu được thăng cấp Thiếu úy. Anh đã vượt qua được khó khăn về hoàn cảnh xuất thân của mình. Điều này càng khẳng định cho quyết tâm của anh, rằng với nỗ lực và hướng đi đúng đắn, anh có thể thay đổi được số phận.

Vào tháng 4/1970, sau trận đánh tiêu diệt cụm bộ binh cơ giới Mỹ ở Sáp Đá Mài, Tân Kim, Cam Lộ (Quảng Trị), Nguyễn Huy Hiệu mới được bổ nhiệm làm Tiểu đoàn trưởng Tiểu đoàn 3, Trung đoàn 27, mặt trận B5. Những tháng ngày chiến đấu gian khổ mà oai hùng tiếp theo, anh đã vượt qua nhiều thử thách mới đầy hiểm nguy, ác liệt và nhờ những thành tích huy hoàng trong chiến đấu, chiến thắng, vào tháng 12/1973 Nguyễn Huy Hiệu đã được tuyên dương Anh hùng quân giải phóng miền Nam Việt Nam. Để đạt được thành tích này, anh đã vượt qua những gian khổ, những thách thức gấp nhiều lần so với các trường hợp bình thường khác.

Khai tỏ lối đi từ những bậc thầy quân sự

Cho đến nay, tướng Hiệu có thể chắc chắn một điều, rằng chính nhờ hoàn cảnh xuất thân không thuận lợi cho sự nghiệp phấn đấu làm sĩ quan, mà ông đã nỗ lực gấp nhiều lần trong chiến đấu, tìm mọi cách để học tập nâng trình độ của mình cao hơn. Do đó, quá trình học tập cho ông cái duyên may được gần gũi với các đồng chí chỉ huy cao cấp, vốn là những nhà trí thức lớn. Đó là Tư lệnh Lê Trọng Tấn, Chính ủy Lê Quang Đạo, tướng Lê Tử Đồng, tướng Hoàng Minh Thi, tướng Cao Văn Khánh,... Họ chính là những người thầy đáng kính, không chỉ truyền cho Nguyễn Huy Hiệu kiến thức, kinh nghiệm, mà còn có lăng kính trí thức sâu xa, nhìn ra ở Hiệu một tiềm năng phát triển lớn, nên đã tạo điều kiện cho người sĩ quan trẻ này được phấn đấu, học tập nâng tầm lên cao. Nhờ đó, mà trong những năm chiến đấu cam go nhất ở mặt trận B5, Nguyễn Huy Hiệu vẫn được học và phát triển nền tảng kiến thức quân sự của mình. Ông nhớ nhất câu nói thân mật, mà lại thể hiện tầm và tâm của một vị tướng-người thầy của ông "Hiệu có tài như thế, mà cứ để đi ra trận đánh nhau mãi như thế, nếu nó chết mất thì uổng lắm. Phải cho nó về đi học, giữ lại làm nguồn phát triển cho đất nước mai sau". Cho đến nay, tướng Hiệu vẫn biết ơn những người thầy đó của mình, với cái nhìn không thiên kiến thành phần xuất thân, họ đã tạo điều kiện giúp đỡ để ông được tiến những bước dài trong binh nghiệp. Mỗi một vị tướng lại truyền cho ông một bài học quý, ở Tư lệnh Lê Trọng Tấn là nghệ thuật tấn công; tướng Lê Quang Đạo là bản lĩnh chính trị; tướng Hoàng Minh Thảo là kỹ năng tổng kết kinh nghiệm thực tiễn thành học thuyết...

Vào năm 1975, khi chiến tranh kết thúc, chính những người thầy này đã gửi Nguyễn Huy Hiệu đi đào tạo các trường trong và ngoài nước, để ông có thể phát triển tận lực khả năng của mình, đóng góp cho nền quốc phòng và khoa học quân sự đất nước. Những người thầy đó cho rằng, khi được đào tạo bài bản ở nước ngoài, với hệ thống kiến thức tân tiến, Nguyễn Huy Hiệu sẽ phát huy sở trường của mình ở tầm cao hơn, và những đóng góp của ông sẽ có ảnh hưởng rộng rãi hơn.

Tuy nhiên, không phải sự học của ông luôn suôn sẻ. Tướng Hiệu kể rằng, cũng có lần, tổ chức muốn ông về làm công tác Đoàn ở tỉnh Nam Định. Ông biết ý tốt của tổ chức, rằng từ vị trí công tác Đoàn, sẽ phát triển ông lên những vị trí cao hơn một cách thuận lợi. Nhưng như thế, ông sẽ cần đầu tư toàn bộ thời gian vào hướng đi đó, không còn có thể học tập và nghiên cứu sâu về quân sự, sở trường của ông. Sau khi cân nhắc, Nguyễn Huy Hiệu thấy rằng, khi còn nhỏ, hoài bão của ông là binh nghiệp, trở thành nhà khoa học quân sự, do đó ông cần kiên tâm đi theo sở trường, nghiên cứu sâu thì mới có thể phát triển tận lực khả năng của mình để phục vụ đất nước, nhân dân, đóng góp cho nền quốc phòng ở mức cao nhất. Ông đã mạnh dạn trình bày nguyện vọng đó với người có trách nhiệm trong tổ chức, rằng ông muốn được tiếp tục đi học, tiếp tục nghiên cứu khoa học quân sự để có thể phát huy sở trường của một nhà quân sự. Sau đó, đồng chí Đặng Quốc Bảo cũng gợi ý Nguyễn Huy Hiệu về công tác tại Trung Ương Đoàn để bồi dưỡng phát triển lên cao hơn. Ông vẫn xin với tổ chức không đảm nhiệm vị trí đó để đi học. Tháng 10/1994, khi ông được bổ nhiệm Phó Tổng Tham mưu trưởng Quân đội NDVN thì có gợi ý ông sang làm Chủ nhiệm tổng cục hậu cần, nhưng ông thấy rằng vị trí đó dù có thể thuận lợi nhiều mặt, nhưng lại làm chệch hướng phát triển riêng của mình, nên ông cũng đã chân thành trình bày với tổ chức và được chấp nhận cho tiếp tục con đường khoa học quân sự.

Tích hợp hoài bão với sở trường

Nhìn lại quá trình đi học, giảng dạy, truyền đạt kiến thức qua nhiều kênh khác nhau, tướng Hiệu cảm thấy hạnh phúc vì mình đã thực hiện được hoài bão đúng theo sở trường của mình, và phát triển tối đa năng lực riêng phục vụ xã hội, đời sống. Ông chia sẻ, rằng người trẻ ai cũng có hoài bão, nhưng cần cẩn trọng với chính hoài bão của mình, cần xác định hoài bão đó có trùng với sở trường của mình hay không, và khi tích hợp được hoài bão với sở trường, hãy kiên tâm thực hiện nó. Cho dù có khó khăn, thử thách đến thế nào đi chăng nữa cũng không từ bỏ, chân thành với chính mình và trung thực với đồng nghiệp, quyết liệt thực hiện mục tiêu. Chính trong khó khăn, thử thách khốc liệt thì sức mạnh trí tuệ mới được rèn luyện tốt nhất, và con người mới có đủ ý chí, dũng khí đi tới đích. Có như vậy, mọi nỗ lực của mình trong suốt cuộc đời mới có thể đạt đến thành tựu ý nghĩa.

Thời gian năm 1972, tướng Hiệu sau bao gian khổ ở chiến trường, đã được về học tại Học viện trung cấp quân sự. Sau thời gian học, ông được giữ lại làm giảng viên chiến thuật trong 6 tháng. Chính nhờ 6 tháng giảng dạy này, ông đã tích lũy được kinh nghiệm đa dạng và quý giá từ các binh sĩ trong chiến trường miền Nam. Ông nhận ra rằng, dạy học lại chính là cách học sâu nhất, hiệu quả nhất. Bởi muốn truyền đạt được kiến thức cho người học, thì người dạy phải thu lượm nhiều kiến thức thực tế nhất, đúc kết nên bài giảng sinh động, có tính thuyết phục cao.

Cũng trong quá trình nghiên cứu làm luận án Phó tiến sĩ (nay tương đương bậc Tiến sĩ) tướng Hiệu đã học hỏi được từ Giáo sư – Thượng tướng Hoàng Minh Thảo cách tổng kết viết sách khoa học. Nhờ vậy, trong thời kỳ công tác ở Bộ Quốc phòng từ 1994-2010, ông đã viết được 7 cuốn sách – 7 công trình khoa học quân sự, góp phần vào kho tàng khoa học quân sự Việt Nam. Ngày 15/10/2011 ông nghỉ hưu, nhưng vẫn làm việc tại văn phòng Viện sĩ, thực hiện ý nguyện tiếp tục cống hiến cho khoa học quân sự, môi trường và công tác nhân đạo, tri ân báo đáp liệt sĩ, thương binh, gia đình có công với cách mạng. Và trong công việc hàng ngày của mình, khi đi thực địa, khi viết sách, khi nghiên cứu, ông đều truyền đạt và lan tỏa những kiến thức quý giá cho cộng đồng, làm thầy giảng dạy theo cách đặc biệt của mình. Ông đã, đang và sẽ mãi là một nhà quân sự, nhà khoa học, nhà giáo đóng góp lớn cho nhân dân, đất nước.

4. Một bóng hồng bên vị tướng tài

Lâu nay, cứ đến mùa báo ân, Thượng tướng Nguyễn Huy Hiệu cùng đồng đội lại tiếp tục cuộc hành quân trong thời bình trở lại chiến trường xưa, đi tìm đồng đội. Bên cạnh ông trong những chuyến đi, luôn có một bóng hồng lặng lẽ chăm sóc. Người phụ nữ dịu dàng, hiền thục nhưng lại toát lên vẻ đẹp tinh tế, uyên bác của nữ trí thức ấy chính là phu nhân Lại Thị Xuân, người vợ sống bên ông hơn 4 thập niên qua.

Bà Lại Thị Xuân là một người kín đáo, luôn luôn từ chối khéo giới truyền thông và chỉ lặng lẽ ở bên ông trong những buổi lễ tân quan trọng. Khác với nhiều người phỏng đoán, rằng phu nhân Lại Thị Xuân chỉ làm trọn vẹn vị trí hậu phương vững chắc để vị tướng tài Nguyễn Huy Hiệu tập trung trí lực chỉ huy trong chiến trận và lãnh đạo, nghiên cứu khoa học. Tuy nhiên, bà Lại Thị Xuân không chỉ làm tròn bổn phận đó, bà còn là một bác sĩ giỏi.

Nhìn thần thái nhẹ nhõm, nét đẹp thanh thoát của bà Xuân bây giờ, ít ai tưởng tượng ra bà từng có một tuổi thơ khổ cực. Năm 1950, bà Lại Thị Xuân sinh ra trong một gia đình nghèo khó tại xóm 5, xã Hải Long, huyện Hải Hậu, tỉnh Nam Định. Cha mẹ bà sinh 4 người con, bà là con út, khi bà Xuân lên 1 tuổi thì cha hy sinh, mẹ bà tần tảo nuôi 4 người con sống sót qua trận đói và dịch bệnh năm 1954. Tuổi thơ nhọc nhằn đó cho bà Xuân ý chí: phải học thật giỏi để vượt qua đói nghèo, phải học ngành y để chữa bệnh cứu người nghèo.

Cô bé Xuân nhỏ nhắn ngày ấy cần cù, siêng năng học tập, sáng dạ hơn so với bạn từ khi còn học vỡ lòng. Xuân học giỏi nhất môn toán. Vào học cấp III tại Hải Hậu, Xuân học rất tốt các môn tự nhiên. Kỳ thi tuyển Đại học năm 1968, chị Xuân đạt điểm cao và được cử du học tại Đại học Y khoa Ô-đét-xa (Liên Xô cũ). Suốt 7 năm học tập tại Liên Xô, chị Xuân luôn ý thức phải có kiến thức tốt để về phục vụ Tổ quốc, phục vụ nhân dân. Các giảng viên Nga và bạn bè các nước rất yêu quý cô sinh viên Việt Nam tên Lại Thị Xuân nhỏ nhắn, ngoan, cần cù và chịu khó học tập.

Ra trường, về nước, bà Xuân được phân công về làm việc tại Bệnh viện E Hà Nội. Nhờ tâm huyết với sự nghiệp chăm sóc sức khỏe con người, nên bà Xuân đã đóng góp tích cực xây dựng đơn vị xuất sắc, nâng cao chất lượng, hiệu quả công việc thuộc lĩnh vực mình phụ trách, được đồng nghiệp và cấp quản lý trực tiếp tôn trọng, được bệnh nhân và nhân dân yêu quý. Bà đã được Nhà nước phong tặng danh hiệu Thầy thuốc ưu tú.

Tướng Hiệu may mắn có được người vợ hiền thục, giỏi giang, phúc hậu. Ông cũng có những người con đã trưởng thành, và có cuộc sống riêng hạnh phúc. Đến lúc này, ông hoàn toàn có thể an tâm vui vầy bên con cháu. Ông chia sẻ rằng, để có một gia đình ấp áp, hạnh phúc trọn vẹn như vậy, trong lúc ông luôn bận rộn nhiệm vụ quân đội, thì công lao phần lớn do người vợ có tài quán xuyến của ông. Không lùi về phía sau, bà vẫn tiến bước cùng ông, phát triển sự nghiệp bản thân tốt đẹp, trong lúc vẫn quản lý chỉn chu việc nhà, chăm sóc dạy dỗ con cái nên người. Đó là một thành công của người phụ nữ, xứng đáng được tôn vinh.

Tướng Hiệu tự nhận mình là người may mắn khi có người bạn đời là bà Xuân. Hơn 40 năm hai người chung sống, dù cuộc sống trải qua nhiều thăng trầm cùng đất nước: chiến tranh, thời bao cấp khó khăn, thời kỳ đầu mở cửa kinh tế đầy thách thức hỗn mang, thì ông và bà luôn bên nhau, nuôi dạy con cái lớn khôn, học hành đến nơi đến chốn và có sự nghiệp riêng, con đường đi riêng. Đó là tài sản vô giá của gia đình.

Tướng Hiệu kể, bà Xuân chính là người bác sĩ riêng tốt nhất của ông. Ông ra vào trận mạc chiến đấu gian khổ, thậm chí đối diện cả với những hóa chất độc hại từ bom đạn, ít nhiều bị ảnh hưởng tới sức khỏe, nhưng nhờ bà Xuân luôn chăm sóc, tìm ra những công thức chế biến món ăn, thực đơn ăn cải thiện sức khỏe hàng ngày, mà ông còn giữ được sức lực, còn đi không biết mỏi cho đến nay. Khi nghỉ hưu, ông hạnh phúc nhất là được ở bên bà nhiều hơn, được bà tự tay nấu cho ông những món ngon giản dị. Món nào bà nấu ông cũng thích ăn. Do bà có thời gian 7 năm học bên Nga, biết nấu những món truyền thống của Nga, đặc biệt là món xa – lát Nga mà ông và bạn hữu của gia đình rất thích thưởng thức. Đó là "món tủ" của bà Xuân. Còn tướng Hiệu, qua những năm tháng dài sống trong trận địa, ông lại thành thạo hai cách chế biến món ăn đơn giản là luộc và xào. Với người lính, điều kiện khó khăn ở chiến trường, tất cả mọi thức ăn chỉ có thể luộc và xào là tiện nhất. Vậy nên trong gia đình, bà Xuân làm nội trợ là chủ yếu. Còn tướng Hiệu lại có cách quan tâm vợ rất riêng, khi ông không trực tiếp vào bếp, đó là trong những buổi liên hoan cùng bạn hữu mà bà Xuân vắng mặt, thấy có món ngon mà điều kiện cho phép, ông đều sắp xếp để phần lại cho vợ.

Điều lớn nhất khiến tướng Hiệu luôn biết ơn vợ mình, đó là khi ông bận công tác tại đơn vị, hiếm khi có thời gian ở nhà, bà đã kiên tâm dạy dỗ các con ngoan ngoãn, học hành tử tế. Để có đàn con cháu ngoan và trưởng thành như hôm nay, công lao lớn là của bà Xuân. Ông quan niệm, hạnh phúc nhất của đời người, chính là con cháu phương trưởng, và có được sức khỏe tốt, được sống thanh thản cho đến cuối cuộc đời.

Tình yêu khi tuổi đã lớn, còn có nghĩa là bên nhau và luôn nghĩ cho nhau. Trong mọi việc ông làm, mọi điều ông nói và nghĩ, đều có dấu ấn của bà Xuân. Trong các chuyến đi ngoại giao, đi thực địa, hoặc đi thăm đồng đội, bà con các vùng quê, trong các chuyến đi làm từ thiện, tri ân đồng đội, tham gia các hoạt động bảo vệ môi trường,… hình ảnh người phu nhân thanh lịch, nhẹ nhàng với nụ cười hiền tỏa sáng, đã trở thành một giá trị riêng của vị tướng trận mạc oai phong.

5. Ba cái Tết đặc biệt đời binh nghiệp

Từng trải qua hơn 70 mùa xuân cuộc đời, nhưng có ba mùa xuân khiến Thượng tướng Nguyễn Huy Hiệu nhớ rõ hơn cả, bởi nó tác động không chỉ đến ông, mà còn là những chuyển động đặc biệt, ảnh hưởng tới nền độc lập, hoà bình lâu dài của đất nước. Ký ức về ba mùa xuân ấy, luôn trở đi, trở lại với tướng Hiệu, mà mỗi lần, dường như thấm sâu hơn.

<u>**Mùa xuân 1965 – cái Tết hứng khởi, tràn trề hy vọng**</u>

Trong đời binh nghiệp của mình, cái tết Âm lịch năm 1964, đón mùa xuân 1965 đối với Thượng tướng Nguyễn Huy Hiệu thật nhiều hào hứng. Khi ấy, tướng Hiệu là một chàng trai nhiệt huyết, mang trong mình ước vọng lớn, được nhập ngũ để trở thành anh bộ đội cụ Hồ, tham gia đánh giặc giải phóng miền Nam, thống nhất đất nước. Trong đợt tuyển quân, anh đã trúng tuyển, và Tết năm ấy là dịp để gia đình, các tổ chức đoàn thể trong thôn, xã Hải Long, Hải Hậu (Nam Định), và bạn hữu tổ chức Lễ tiễn con em quê hương lên đường nhập ngũ. Tết chuẩn bị lên đường đi đánh giặc là cái Tết bịn rịn, nhưng cũng vui nhất. Ai nấy đều muốn ăn một cái Tết thật lớn, chiêu đãi những người con, em sắp ra chiến trường những món ngon nhất, và về tinh thần, thì muốn gửi gắm thật nhiều yêu thương.

Tướng Hiệu nhớ lại: "Những người cùng trang lứa nhập ngũ năm ấy được mời ra hiệu ảnh Chợ Cồn để chụp hình. Dù chưa được cấp phát quân phục, nhưng chúng tôi được mượn bộ quân phục mặc rất đẹp, rất oách. Mỗi người đều có một cái ảnh chân dung trong bộ quân phục nghiêm trang, mang về treo trong nhà."

Người Việt chúng ta Tết đến, ngoài truyền thống trang trí nhà cửa, đoàn tụ, đi chúc tết thăm hỏi người thân, họ hàng, thì còn rất xem trọng món ăn ngày tết. Tết đón xuân 1965 ấy ở Hải Long, Hải Hậu, các gia đình có con nhập ngũ đều muốn chuẩn bị nhiều món thật ngon. Gần tết, đang mùa đổ ải, người dân tháo nước tràn vào các ruộng đang phơi ải, mang theo nhiều loại cá ngon vào các rãnh ngập nước. Hầu hết là cá nước lợ, cá sông, thậm chí là cá biển. Chàng trai trẻ Nguyễn Huy Hiệu cùng bạn ra đồng bắt cá. Khỏi nói, đó là một niềm vui khó phai trong ký ức bất cứ ai từng sống ở thôn quê, vùng có sông nước. Bắt cá mùa đổ ải trước tết đã thành nếp sinh hoạt quen thuộc đậm chất thôn quê Hải Long, Hải Hậu. Những đêm trước đêm Ba mươi, màn trời đen kịt, chỉ thấy đom đóm lập lòe nhập cùng ánh sáng lân tinh khu mồ mả ngoài đồng, thêm ánh sáng từ đèn pin của những người đi soi cá càng tạo nên không gian kỳ ảo. Hàng đàn cá chép cả chục con to lững lờ nối đuôi nhau theo dòng nước bơi vào ruộng ải, thậm chí có cả cá vược từ biển vào, cá trôi, trắm từ sông, nhưng nhiều nhất vẫn là cá chép. Những con chép to, nặng tới 2-3kg là dễ bắt nhất. Có đêm, một người đi soi cá ruộng ải có thể bắt được vài chục kg cá. Thiên nhiên tươi đẹp vùng quê thực biết chiều lòng người. Số cá chép bắt được, anh Hiệu mang về nhà dùng kho lá gừng. Người dân quê anh có tập tục ăn cá chép kho dịp Tết. Mỗi con cá chép to được kho riêng một nồi đất, kho nguyên cả con. Lót gừng đáy nồi, đặt cá chép vào nồi đất, cho mắm, muối và nước ngập cá, kho đến khi cạn nước thì lấy cả con cá ra đĩa, dưới có lớp lá gừng, thịt cá bùi béo thơm ngon đậm đà vị gừng. Mỗi mâm cỗ tết luôn cần một con cá chép kho gừng nồi đất như vậy. Đó là món ngon đặc biệt trong mâm cỗ quê, để thương để nhớ trong lòng biết bao người con, chiến sĩ Hải Long, Hải Hậu đi vào chiến trường. Trong điều kiện đất nước còn khó khăn, nhưng cỗ tết năm ấy, các gia đình vẫn cố gắng lo cho mâm cỗ đủ đầy, ngoài món cá chép kho đánh bắt ngoài đồng, thì còn có thịt luộc, giò, xôi, bánh chưng,… để thết đãi con em mình trước khi ra chiến trường vô cùng gian khổ.

Trong xóm, khắp nơi chăng cờ hoa, từng thôn tết cổng chào bằng lá dừa, hai bên là hai dòng khẩu hiệu "Đảng Lao Động Việt Nam muôn năm!", "Chủ tịch Hồ Chí Minh muôn năm!". Sau Tết, trong lễ tòng quân, các bạn gái trong thôn mang những chiếc khăn tay có thêu đôi chim bồ câu, đôi chữ cái đầu tên của người lính mình thương nhớ và tên của mình lồng vào nhau, gói 5-7 bông hoa bưởi, đem tặng người lính. Những chiếc khăn tay này được những người lính quê hương mang theo khắp chiến trường, luôn để trong ba lô. Ai còn sống trở về thì mang theo khăn về, ai hy sinh, thì chiếc khăn được đồng đội gửi về quê trả lại cho gia đình, hoặc người con gái ấy. Trong xóm nhà anh Hiệu ở, còn có các anh Phạm Trung Bình, anh Thông, anh Huyền,… cùng nhập ngũ với Hiệu năm ấy. Những người còn sống trở về sau chiến tranh, nay cũng đã 74,75 tuổi, trong lòng đều rộn ràng khi nhớ về cái tết chào xuân 1965, một cái tết không thể nào quên trong lòng người đi đánh giặc.

Tướng Hiệu nhớ lại: "Hồi đó, những loài chim phương Bắc, to như ngỗng, bay về ruộng đỗ ải bắt tép, tôm. Tối về chúng ngủ bên những nấm mộ ngoài đồng, hoặc nơi cỏ mọc cao, nơi đụn rạ, chúng tôi cũng bắt chim trời mang về làm cỗ tết. Có con nặng tới trên 3kg. Môi trường sống quê tôi thời đó tuyệt vời lắm. Cứ ra đồng là bắt được cá, chim về làm thức ăn. Ngoài loại chim lớn, thì còn có con cuốc trong luống khoai, chim ngói, cò, bồ nông,… mang về chế các món ăn rất ngon. Bây giờ thì không có nữa."

Xuân 1968 – vừa đón Tết, vừa hành quân

Cái tết đón mùa xuân năm 1968 cũng là một cái tết thực sự sâu đậm trong lòng vị tướng. Hồi đó, anh lính Nguyễn Huy Hiệu cùng đồng đội đón tết trong khi hành quân, chuẩn bị cho chiến dịch. Để nâng tinh thần anh em chiến sĩ, chương trình làm báo tường được phát động. Anh Hiệu (khi đó là Trung đội trưởng) và đồng đội viết báo, làm thơ, ai có khiếu về thể loại nào thì sáng tác thể loại đó. Hiệu làm bài thơ "Tết xa quê mẹ", được anh em thích, học thuộc, rồi ngâm thơ trong suốt thời gian tết trong rừng. Bài thơ, và các bài báo, bài văn khác trên báo tường đều hừng hực khí thế, thể hiện tinh thần quyết chiến quyết thắng, lạc quan yêu đời của các anh lính trẻ, và cũng là tình cảm các anh dành cho nhau, động viên nhau khi tết phải xa nhà… Báo được các anh dùng loại giấy can lại từ những mảnh giấy còn trắng được xé ra từ sách ngụy, viết bài lên giấy bằng bút chì bi chiến lợi phẩm từ lính Mỹ. Vậy mà báo tường cũng được minh họa tranh vẽ Bác Hồ, tranh chiến sĩ, cảnh tết quê, kẻ khuông nhạc… bằng đôi tay tài hoa và óc tưởng tượng tài tình của người lính. Có những anh lính từng là sinh viên các trường Bách khoa, xây dựng, kiến trúc, vẽ minh họa báo rất giỏi. Các anh còn chế đàn bầu từ những thứ nhặt được trong rừng, hoặc trên đường hành quân, tối đến trong hầm, các anh cắm hoa chuối rừng, hoa phong lan, hoa khoai trang trí, rồi đọc báo, ngâm thơ, hát cho nhau nghe, kể chuyện tếu táo đua nhau thật vui vẻ. Ai cũng lạc quan, tin tưởng vào chiến thắng của cách mạng.

Tết 1975 – chuẩn bị, huấn luyện chu đáo

Cái Tết chuẩn bị đón mùa xuân 1975 là một cái tết thật yên ả và đầy đủ, một cái Tết mà tướng Hiệu được ở miền Bắc, ăn tết với các món ngon miền Bắc quen thuộc. Bộ đội được ăn tết thật ngon, chuẩn bị tâm lý và huấn luyện sẵn sàng chiến đấu, bảo đảm vào trận là quyết thắng giải phóng miền Nam. Lúc đó, Nguyễn Huy Hiệu là Trung đoàn trưởng Trung đoàn 27 (Sư đoàn 320B, thuộc Quân đoàn I). Anh chỉ huy Trung đoàn đi đắp đê Yên Khánh (Ninh Bình) để nghi binh, tạo cho phía địch cảm giác an tâm rằng binh đoàn chủ lực của bên ta chưa chuẩn bị đánh. Nhưng thực tế, lính quân đoàn đang được huấn luyện rất kỹ, chuẩn bị chu đáo. Nhờ cái tết được no đủ, vui vẻ trong an bình, những người lính không chỉ phục hồi sức lực, trau dồi kỹ năng và phương pháp mới đánh giặc nên đến tháng 4/1975, toàn quân toàn dân ta đã thực hiện chiến dịch "đánh cho Mỹ cút, đánh cho ngụy nhào", hoàn thành di chúc của Chủ tịch Hồ Chí Minh, để "Bắc – Nam sum họp, Xuân nào vui hơn!"

6. Ký ức thời đi học tại Trường Frunze của Liên Xô

Nhiều người biết Thượng tướng Nguyễn Huy Hiệu là Viện sỹ Viện Hàn lâm khoa học quân sự Liên bang Nga. Nhưng vì lẽ gì mà một vị tướng của Việt Nam lại có thể được Viện Hàn lâm khoa học quân sự Liên bang Nga bầu là Viện sỹ của mình thì chưa nhiều người biết. Với một Viện khoa học quân sự danh giá vào bậc nhất, nhì thế giới, thì những Viện sỹ của họ cần đạt được những tiêu chí rất cao. Thượng tướng Nguyễn Huy Hiệu là người Việt đầu tiên được bầu là Viện sỹ (nghệ thuật chiến tranh) của Viện Hàn lâm khoa học quân sự Nga, thì hẳn rằng cuộc đời binh lửa nơi chiến trường cũng như những nghiên cứu khoa học của ông đã đạt tới những giá trị lớn lao trong ngành khoa học quân sự.

Quả vậy, những tiêu chí mà ông đạt được để được bầu là Viện sỹ, tính cho đến nay, ở Việt Nam chưa có ai đạt tới. Nguyễn Huy Hiệu từng đến Liên Xô từ năm 1977. Sau đó, đầu những năm 1980, Bộ Quốc phòng giao cho ông đưa 4 vị Sư đoàn trưởng của Việt Nam sang đào tạo tại Học viện quân sự Frunze của Liên Xô, và bản thân ông đã đạt bằng Giỏi của Học viện.

Nhớ lại thời được đi học tại Trường quân sự chính quy Frunze của Liên Xô năm 1980, Thượng tướng - Viện sỹ Nguyễn Huy Hiệu (nguyên Thứ trưởng Bộ Quốc Phòng) vẫn tâm đắc, rằng ông rất biết ơn phương pháp đào tạo kiến thức cơ bản của Liên Xô. Để từ nền tảng kiến thức cơ bản đó, khi về Việt Nam áp dụng vào thực tiễn công tác quốc phòng, có thể sáng tạo ra những giải pháp quân sự phù hợp, hiệu quả cao.

Tại Liên Xô, hay các nước Xã hội Chủ nghĩa anh em khác, nếu ai đó trong quân đội được đào tạo tại Học viện Frunze thì đều là những người rất giỏi và họ rất tự hào về việc được học tại nơi danh giá này. Học viện Frunze là trường đào tạo sĩ quan chỉ huy binh chủng hợp thành cấp trung đoàn của quân đội Liên Xô. Khuôn viên của trường nằm trên Quảng trường Lép Tôn-xtôi, đối diện với Đại sứ quán Việt Nam. Học viện có 1 Giám đốc, 1 Phó Giám đốc phụ trách Nghiên cứu Khoa học; có 1 Phó Giám đốc phụ trách Giáo dục-Đào tạo. Giám đốc là Đại tướng, Phó Giám đốc phần lớn là Trung tướng. Dưới Học viện có Ban Huấn luyện, Ban Nghiên cứu và Bảo đảm vật chất kỹ thuật, Ủy ban Nhà trường, Ủy ban Học thuật và Ủy ban Phương pháp giảng dạy.

Đơn vị phụ trách dạy học và bảo đảm dạy học là Phòng Nghiên cứu Giảng dạy Chiến dịch Chiến thuật, Phòng Lịch sử chiến tranh và Nghiên cứu giảng dạy lịch sử học thuật quân sự, Phòng Nghiên cứu giảng dạy Ngoại ngữ, Phòng Trưng bày nghiên cứu khoa học, Thư viện v.v...

Điều kiện nhập học của học viên vô cùng khắt khe, buộc phải tốt nghiệp các trường chỉ huy cao cấp các binh chủng hợp thành, từng qua cương vị chỉ huy tiểu đoàn từ 2 năm trở lên, có kinh nghiệm thực tiễn chỉ huy phân đội, tu dưỡng chiến đấu tốt, dưới 38 tuổi, quân hàm Đại úy hoặc Thiếu tá. Cách thức tuyển sinh là thông qua lãnh đạo giới thiệu, thẩm tra từng người, lựa chọn những người ưu tú. Thống nhất các môn thi gồm tiếng Nga, toán học, vật lý, văn học, chiến thuật, trang bị kỹ thuật v.v...

Với điều kiện nhập học khắt khe đó, thì Nguyễn Huy Hiệu có nền tảng thực tế chiến đấu dày dặn. Ông đã trải qua 67 trận đánh trực tiếp, và hầu hết đều vượt qua một cách kỳ tài mà không bị tử trận. Trong chiến tranh, giữa sinh tử và từng ngày chiến đấu quyết liệt, đấu trí tìm mọi cách giành thắng lợi trong từng trận đánh, người chiến sỹ chỉ tập trung vào một mục tiêu cao nhất, đó là quyết chiến quyết thắng. Từ thời những năm 1965-1975, đặc biệt từ năm 1968 đến 1975 người lính Nguyễn Huy Hiệu đã tạo nên một hình tượng đặc biệt trong chiến trường. Với lòng chiến đấu quả cảm, tính hiệu quả cao, Nguyễn Huy Hiệu đã tiến từ vị trí một anh lính Binh nhì tới Tổ trưởng Tổ ba người, Tiểu đội trưởng, Trung đội trưởng, lên tới Đại đội trưởng, tiếp tục tới bậc Tiểu đoàn trưởng, Trung đoàn trưởng… Từ khắp các vùng chiến trường, biết bao người lính được các sỹ quan của mình kể về Nguyễn Huy Hiệu như một tấm gương chiến đấu, nỗ lực vươn lên điển hình. Hình ảnh người anh hùng Nguyễn Huy Hiệu đẹp lung linh như huyền thoại trong mắt đồng đội khi họ mới chỉ được nghe những câu chuyện về anh mà chưa từng gặp mặt. Nhưng trong lòng người lính Nguyễn Huy Hiệu lúc đó, chỉ có một quyết tâm: đánh thắng giặc Mỹ, giải phóng miền Nam thống nhất đất nước, và thẳm sâu trong tim anh ghi nhớ lời Hồ Chủ tịch: "Không có gì quý hơn Độc lập, Tự do". Vậy làm sao một người chiến sỹ bình thường lại có thể trở thành một người anh hùng trong chiến đấu? Năng lượng tinh thần nào đã thúc đẩy anh lao vào trận chiến sinh tử với lòng quả cảm phi thường và chiến thắng? Hồi đó, trong ba lô của tướng Hiệu luôn có cuốn sách "Thép đã tôi thế đấy" của nhà văn Nikolai A.Ostrovsky. Hình tượng Pavel Korchagin với phương châm sống, ý chí quật cường, tinh thần thép trong cuốn sách đã giúp anh cũng như bao người lính Việt Nam vượt qua mọi gian khổ trong chiến đấu để giành chiến thắng, giải phóng đất nước, con người Việt Nam. Đọc đến thuộc long ca cuốn sách, vận dụng tinh thần thép vào từng việc làm, hành động trong chiến đấu, và không chỉ có thế, người lính Nguyễn Huy Hiệu ngay từ ngày đó, đã hiểu ra một điều vô cùng quan trọng, rằng mỗi con chữ có thể chứa sức mạnh lớn tới cỡ nào. Và anh thầm tích lũy kinh nghiệm để sau này viết tới gần chục cuốn sách về khoa học quân sự, nghệ thuật chiến tranh khác biệt của Việt Nam, giúp Việt Nam luôn chiến thắng kẻ thù xâm lược.

Với những thành tích chiến đấu tại chiến trường, Nguyễn Huy Hiệu được cấp trên chọn đi học, đúng theo ước nguyện của anh, để sau này làm nguồn phát triển cho Lực lượng quốc phòng Việt Nam tương lai.

Thập niên 80 Bộ Quốc phòng Việt Nam được một hệ thống cố vấn quân sự từ Liên Xô sang hỗ trợ. Từ vị trí Bộ trưởng Bộ Quốc phòng cho đến các Quân đoàn, trong đó có Quân đoàn 1 đều có cố vấn quân sự của Liên Xô hỗ trợ. Lúc ấy Nguyễn Huy Hiệu đang là Sư trưởng Sư đoàn 390. Còn Sư đoàn 308 quân tiên phong là Sư đoàn bộ binh cơ giới đầu tiên (thuộc Quân đoàn 1) của Quân đội nhân dân Việt Nam và cũng là trong lịch sử Việt Nam. Tướng Hiệu còn nhớ, rằng khi ấy, có một vị Đại tướng của Liên Xô là cố vấn cho Đại tướng - Bộ trưởng Bộ Quốc phòng Văn Tiến Dũng. Ông này từng bị thương trong chiến tranh nên đi tập tễnh. Đó là một vị tướng dày dạn chiến chinh bậc nhất. Và có một vị Thiếu tướng của Liên Xô cũng làm cố vấn cho Tư Lệnh Quân đoàn 1, Sư đoàn 308.

Trong quá trình làm cố vấn quân sự cho phía Việt Nam, phía Liên Xô đã truyền đạt nhiều kinh nghiệm quân sự, ứng với thực tế linh hoạt phù hợp với điều kiện Việt Nam. Và cũng thời gian này, Bộ Quốc phòng hai nước ký một Hiệp định về trao đổi các đoàn công tác, học tập. Theo đó, phía Việt Nam được cử các đoàn sang Liên Xô học tập quân sự. Đại tướng - Bộ trưởng Bộ Quốc phòng Văn Tiến Dũng và Đại tướng Lê Trọng Tấn - Tổng Tham mưu trưởng Quân đội đã quyết định cử một đoàn học viên đầu tiên sang Liên Xô học tập, trao đổi kinh nghiệm tại Học viện quân sự Frunze. Mục đích chính được đặt ra cho đoàn học viên là học về vấn đề tham mưu. Trường Frunze thuộc Bộ Tổng tham mưu Liên Xô là Học viện chuyên đào tạo tướng lĩnh Liên Xô về tham mưu.

Năm 1983, Nguyễn Huy Hiệu khi đó đang là Đại tá – Sư đoàn trưởng Sư đoàn 390 thuộc Quân đoàn 1. Ông được chỉ định làm lớp trưởng và Bí thư Chi bộ Đảng của lớp học. Đoàn đầu tiên sang học trường quân sự Frunze gồm bốn đồng chí: Đại tá Nguyễn Huy Hiệu, Đại tá Nguyễn Phúc Thanh, Đại tá Lê Quang Bình, Đại tá Nguyễn Văn Mến. Cả bốn đồng chí đều đã là Sư trưởng, được cử sang Liên Xô học tập gần một năm tại Học viện quân sự Frunze. Đây được coi là khóa học thực nghiệm đầu tiên của các Sư trưởng phía Việt Nam tại trường quân sự chuyên nghiệp của Liên Xô.

Được phép của Bộ Quốc phòng Việt Nam, nhóm học viên được phép chia sẻ với các giảng viên Liên Xô tất cả kinh nghiệm trong kháng chiến chống Mỹ cứu nước mà trực tiếp các Sư trưởng đã tham gia chiến đấu để giải phóng miền Nam Việt Nam thống nhất đất nước. Vì phía Liên Xô là đối tác tin cậy của Việt Nam nên những trận đánh điển hình đã được đưa vào các khóa giảng dạy quân sự tại nhà trường Việt Nam cũng được chia sẻ với bên Liên Xô.

Trong quá trình học tập tại Học viện Frunze, đoàn đã được đào tạo về tham mưu chiến dịch, tham mưu chiến lược và nghệ thuật chiến tranh của Liên Xô, đó là những mặt ưu việt trong sở trường quân đội Liên Xô. Với chức năng là một Học viện Tham mưu, họ đã tập trung dạy cho đoàn công tác tham mưu chiến dịch và chiến lược với những kiến thức cơ bản nhất. Tướng Hiệu đặc biệt ấn tượng với những kiến thức được học ở đây, vì trước đó, tại Việt Nam ông đã có ý tìm kiếm để học nhưng không có. Trong lịch sử, Liên Xô từng kinh qua cuộc chiến tranh vệ quốc, chiến tranh thế giới lần thứ hai nên có những bài học kinh nghiệm quý giá. Quân đội nhiều nước trên thế giới đều muốn học hỏi nền nghệ thuật quân sự của Liên Xô. Tướng Hiệu nhận xét rằng "Cái hay nhất của Liên Xô là đào tạo kiến thức cơ bản rất vững chắc. Từ nền tảng đó, sau này chúng tôi có thể sáng tạo và phát triển trong áp dụng thực tiễn tại Việt Nam." Nhóm học viên Việt Nam đã được giới thiệu các trận đánh điển hình của Liên Xô trong chiến tranh thế giới thứ hai một cách rất kỹ lưỡng, được truyền thụ truyền thống quân đội Xô Viết anh hùng. Các thầy cũng đã dậy rất kỹ cho học viên Việt Nam về trang bị vũ khí của quân đội Xô Viết, lục quân, không quân, hải quân, các binh chủng hợp thành, chiến thuật tác chiến nguyên tử,…

Đặc biệt, học viên Việt Nam được dạy lái và bắn với xe tăng PM-B1. Đoàn học viên được học qua hai bước, đầu tiên học lý thuyết trên máy tính, sau đó học thực hành, được đưa ra trường bắn chính quy, được lái xe tăng và thực hành bắn các bài bắn. Tướng Nguyễn Huy Hiệu khi ấy có niềm vui thật lớn, đó là ông đạt điểm thực hành bắn loại giỏi với xe tăng PM-B1. Nhờ chương trình học đặc biệt này, mà Nguyễn Huy Hiệu và các học viên cùng lớp đã tiếp thu toàn bộ khối kiến thức quân sự cơ bản quý báu của Liên Xô. Sau này về Việt Nam các ông áp dụng có sáng tạo, linh hoạt phù hợp với từng tình thế và điều kiện nước mình. Kiến thức quân sự cơ bản từ Học viện Frunze giúp ông có được tư duy về công tác tham mưu chiến dịch, chiến lược quân sự, cũng như sau này về áp dụng vào phương pháp dạy, và học thế nào ở nhà trường Việt Nam để học viên có thể tiếp thu sáng tạo trong điều kiện và cách đánh giặc, trong nghệ thuật quân sự và chiến tranh nhân dân Việt Nam.

"Cũng nhờ kiến thức cơ bản, cùng với trang bị vũ khí Liên Xô, mà trong lúc chiến đấu, quân đội Việt Nam vận dụng sáng tạo, cải tiến phù hợp nên khi chúng ta sử dụng tên lửa Sam-2 của Liên Xô, hoặc chiếc may bay Mig-21 mới có thể bắn rơi pháo đài bay B52 của Mỹ. Điều quan trọng là dựa trên nền kiến thức cơ bản học được, giúp cho mình năng lực tư duy tổng hợp, và biết cách sáng tạo, chủ động hoàn toàn trong chiến đấu." - Tướng Hiệu nhấn mạnh.

Chương trình học tại Học viện Frunze còn bao gồm việc học về các quân binh chủng: Hải quân, không quân, lục quân, binh chủng hóa học, thông tin liên lạc, tác chiến điện tử,… tất cả những gì quân đội Liên Xô có, thì đều dạy cho học viên Việt Nam. Sau khi được học kiến thức cơ bản, đoàn học viên về Việt Nam đã tiếp tục nghiên cứu, tìm tòi, sáng tạo và đưa vào ứng dụng thực tế, tận dụng trí tuệ, sức mạnh riêng của Việt Nam để tạo nên một nền văn hóa, nghệ thuật quân sự chiến tranh nhân dân Việt Nam.

Tướng Nguyễn Huy Hiệu cũng chia sẻ rằng, trong thời gian ông và các chiến hữu học tập tại Liên Xô, đều được các thầy cô vô cùng quý mến. Học viện Frunze ưu ái nhất học viên đến từ Việt Nam nên cử nhóm thầy cô giỏi nhất, nhiều kinh nghiệm nhất để dạy và huấn luyện cho học viên Việt Nam. Đó đều là những giảng viên cao tuổi, có người từng kinh qua chiến tranh, trải nghiệm những trận đánh quan trọng. Chính vì thế mới có chuyện buồn cười rằng, các anh ở trên lớp nhìn xuống sân Học viện, thấy các học viên các nước Mông Cổ, Cuba, Triều Tiên, Syria, Liberia, các nước châu Phi đều được các giáo viên trẻ đẹp hướng dẫn trong khi giảng viên hướng dẫn cho học viên Việt Nam thì già hơn nên có ý thắc mắc. Sau đó được giải thích, các anh mới hiểu ra rằng, học viên Việt Nam được ưu tiên cử giảng viên giỏi nhất trực tiếp dạy, vì Việt Nam là nước có chiến tranh kéo dài.

Hơn nữa, mỗi tối thứ Bảy, các thầy cô đều tổ chức các hội thảo nhỏ tại phòng thầy, cô và mời học viên Việt Nam tới dự. Những buổi hội thảo mini đó rất thân mật, gần gũi, không còn khoảng cách thầy trò khi tất cả quây quần uống trà, cà phê nóng, thưởng thức bánh kẹo và cùng chia sẻ kiến thức, thông tin. Không chỉ là chuyện chiến tranh và các kinh nghiệm chiến trường, mà hai bên thầy-trò còn chia sẻ câu chuyện văn hóa, nghệ thuật, ẩm thực, truyền thống, phong tục, tập quán. Các thầy cô thích nghe trò Việt Nam chia sẻ về câu chuyện của người Việt trong truyền thống dựng nước, giữ nước, về nét văn hóa của 54 dân tộc anh em. Còn trò Việt Nam lại thích nghe những chuyện mà trên lớp thầy thường không giảng, về văn hóa nước Nga, các môn nghệ thuật nổi tiếng, về đặc điểm của 14 nước cộng hòa thuộc Liên Xô, phong tục mỗi miền, cùng những điều học trò còn chưa hiểu, còn nhiều thắc mắc chưa được giải đáp trên lớp học… Những kiến thức đó, tuy là phụ trợ, nhưng cũng có ích rất nhiều cho học viên Việt Nam và thầy cô Liên Xô, giúp hai bên hiểu về tinh hoa văn hóa, truyền thống của nhau. Trong văn hóa thì có thể chia sẻ thoải mái, không có vùng cấm như trong quân sự, nên câu chuyện giữa thầy và trò thường rất ấm cúng, thoải mái trong các hội thảo nhỏ tối thứ Bảy như vậy. Sau này về Việt Nam thì điều khiến tướng Hiệu nhớ nhất là những buổi tối hội thảo thật sự rất hay đó. Các giảng viên Liên Xô cũng nhận xét rằng, học viên Việt Nam là nghiêm túc và chăm học nhất, rất ít đi chơi, thậm chí không dám đi chơi. Theo kỷ luật quân đội các ông không cặp kè với bạn gái Liên Xô như học viên nước khác, mà chăm chỉ, siêng năng học tập, thỉnh thoảng mới đi xem trượt tuyết, đi bơi, đi rừng, đi xem nghệ thuật,…

Một năm học tập tại Liên Xô, đã để nhiều thương nhớ trong tâm hồn tướng Hiệu. Ông rất thích phong cách và tâm hồn người Nga. Ông cũng yêu vô cùng nghệ thuật đỉnh cao của đất nước này. Mỗi khi có dịp là ông đi đến Nhà hát Bolshoi xem vũ ballet Hồ Thiên Nga, đến nhà hát vàng, thăm Hạm đội Hắc hải ở Odessa, thăm các công trình kiến trúc đồ sộ tại Leningrad và thăm nơi đã diễn ra các trận chiến nổi tiếng. Nói chung cuộc sống học tập, sinh hoạt trong thời gian học tại Liên Xô diễn ra khá ấn tượng, vui vẻ. Trong thời gian học tập, những khi rèn luyện chịu áp lực cao thì tướng Hiệu đều vượt qua, do ông từng trải qua chiến tranh, tham gia 67 trận đánh trực tiếp, nên ông đã có sức mạnh, sức chịu đựng, tính kỷ luật cao. Học ở Liên Xô là thời gian quá đỗi sung sướng khi ông cùng các Sư trưởng khác được chế độ ăn uống đầy đủ. Riêng tướng Hiệu rất thích món xa lát Nga và bánh mỳ đen. Các món ăn Nga cũng rất hợp khẩu vị, nhất là sữa, bơ, pho-mát, xúp, thịt lợn hầm nhừ,… Trong vòng gần một năm sống và học tập, sinh hoạt tại Liên Xô, tướng Hiệu tăng lên được 10kg, sức khỏe rất tốt.

Ngoài ra, còn có những buổi giao lưu vui vẻ giữa học viên Việt Nam và tất cả học viên các nước khác đang theo học tại Frunze gồm các nước trong khối XHCN: các nước châu Phi, Cuba, Mông Cổ, Triều Tiên,… trong những thông tin chia sẻ, có cả thông tin của tình báo Liên Xô, thông tin về kinh nghiệm chiến tranh của Việt Nam với Mỹ, đó là kho kinh nghiệm vô giá cho Việt Nam, cho các nước, thậm chí là cho cả Liên Xô trong đối sách với Mỹ sau này.

Sau gần một năm học tập tại Học viện Frunze, tướng Nguyễn Huy Hiệu đã tốt nghiệp loại giỏi. Do Học viện dạy nhiều kiến thức nên ông thường thức dậy rất sớm để tự học. Có những gì tạm thời không hiểu, đọc sách cũng chưa tìm ra, thì ông ghi lại để hỏi thầy cô. Ông cũng đã vượt qua nhiều kỳ kiểm tra vô cùng nghiêm ngặt. Trong số nhiều môn học, ông thích nhất môn Nghệ thuật quân sự, Nghệ thuật tham mưu công tác chiến dịch, chiến lược. Thực ra, công tác tham mưu là khó hơn cả, nhưng với tướng Hiệu, thì môn nào càng khó, ông càng thích học, thích đào sâu nghiên cứu. Sau này, khi trở thành Viện sỹ Viện hàn lâm khoa học quân sự Nga, tướng Nguyễn Huy Hiệu đã viết 7 công trình khoa học quân sự giá trị, cống hiến cho nước nhà.

Hòa bình lập lại, tướng Hiệu đã có hơn một thập kỷ làm công tác đối ngoại quốc phòng giữa Việt Nam với Liên Xô, sau này là nước Nga, là đồng Chủ tịch Ủy ban hợp tác kỹ thuật quân sự Nga-Việt, đã góp phần đưa quan hệ giữa Việt Nam và Nga lên tầm đối tác chiến lược, hợp tác toàn diện. Với cương vị là đồng Chủ tịch Ủy ban điều hành Trung tâm nhiệt đới Việt – Nga trong gần 10 năm, tướng

Hiệu cũng đã tham gia ba đề tài nghiên cứu lớn về độ bền nhiệt đới, y sinh nhiệt đới và sinh thái nhiệt đới, giúp nâng cao sức mạnh chiến đấu của lực lượng vũ trang Việt Nam. Trong đào tạo con người, nhất là người tài, phía Nga luôn chú trọng việc vận dụng sáng tạo kiến thức đã học trong thực tế. Như tướng Hiệu từng chia sẻ, phương pháp đào tạo của Nga bên cạnh trang bị kiến thức cơ bản vững chắc, thì cũng luôn khuyến khích người học tự sáng tạo trong lĩnh vực mình được học. Với những kiến thức cơ bản đã học trong nhà trường, người học phải biết đưa kiến thức ấy vận dụng linh hoạt trong cuộc sống tạo nên thành quả tốt thì kiến thức đó mới có giá trị.

Trên cương vị là Viện sỹ Viện Hàn lâm khoa học quân sự Nga, tướng Hiệu rất biết ơn nước Nga đã đào tạo nhiều nhân sự cho quân đội nhân dân Việt Nam trên mọi lĩnh vực, trong đó có ông. Với đặc điểm thông minh và năng động, ông nhanh chóng hấp thụ được tinh hoa văn hóa, trí tuệ Nga, trở về giúp ích nhiều cho đất nước Việt Nam. Ông đã dày công nghiên cứu để viết nhiều cuốn sách giá trị, mà tiêu biểu là cuốn "Một số vấn đề nghệ thuật quân sự Việt Nam trong chiến tranh bảo vệ tổ quốc", được coi là cuốn cẩm nang quý báu dùng để vận dụng chống giặc ngoại xâm; và cuốn "Vận dụng phương châm 4 tại chỗ trong phòng chống thiên tai" của ông không chỉ vô cùng hữu ích trong vấn đề chống giặc thiên tai, mà còn được áp dụng trong nhiều lĩnh vực khác.

Một trong những yếu tố khiến tướng Hiệu xây dựng được một sự nghiệp quân sự huy hoàng, đó là trong suốt cuộc đời mình, ông luôn kiên trì học song song hai trường: trường lớp và trường đời. Những kiến thức cơ bản học trong trường được ông áp dụng sáng tạo ngay vào thực tiễn chiến đấu và huấn luyện. Để sau đó ông lại tổng kết từ những kinh nghiệm trong thực tiễn, đúc kết thành lý luận khoa học, phục vụ cho lợi ích quân đội và con người. Hàm Viện sỹ của tướng Hiệu do Viện Hàn lâm khoa học quân sự Nga bầu, là đánh giá chính xác của phía bạn về một tài năng quân sự trên cả hai phương diện lý thuyết (nghiên cứu khoa học) và thực hành (trên chiến trường). Trường hợp này là rất hiếm. Vậy sau tướng Hiệu, những tài năng quân sự nào sẽ nối tiếp sự nghiệp này?

Có lẽ, để nhân tài quân sự mới của Việt Nam xuất hiện, thì trong phương pháp đào tạo, chúng ta cần có sự cải tiến, nghĩa là không chỉ coi trọng kết quả học tập xuất sắc, mà còn cần tạo điều kiện để tài năng được tự do thi triển những ý tưởng của mình, tạo nên những giá trị ứng dụng thiết thực cho những vấn đề quân sự nóng hổi hôm nay của đất nước, và nhiệm vụ xây dựng, bảo vệ tổ quốc trong tương lai.

7. Những chuyến thăm cây thị ở Phủ Khống

Thượng tướng Nguyễn Huy Hiệu (Nguyên Thứ trưởng Bộ Quốc phòng) hàng năm thường đến thăm cây thị ở Phủ Khống vài ba lần. Ông đến đây để chiêm nghiệm lại kỳ tích trong lịch sử, để lắng nghe tiếng tiền nhân vọng về dặn dò, và để ghim lại một nguyện cầu cho đất nước.

Chuyến đi gần đây nhất của tướng Hiệu về thăm cây thị ngàn năm ở Phủ Khống là vào tháng 10/2020. Cuối thu tiết trời thật đẹp. Ông đi cùng nhóm các nhà văn, nhà báo và sĩ quan thân cận về dự Lễ giỗ lần thứ 1041 cụ Tổ dòng họ Nguyễn, Đức Thái Thủy tổ - Thái Tể Định Quốc công Nguyễn Bặc tại Gia Phương (Gia Viễn, Ninh Bình). Sau buổi lễ, tướng Hiệu cùng nhóm nhà văn, nhà báo và sĩ quan quân đội lên đường đi thăm cây thị ở Phủ Khống (thuộc khu danh thắng Tràng An, Ninh Bình).

Đoàn xuống bến đò Tràng An lấy thuyền nan đi dọc dòng sông Sào Khê yên bình chảy trong thung lũng giữa hai dãy núi đá hướng về Phủ Khống. Thuyền phải đi qua dăm đến bảy hang thẳm, chui qua lòng núi, thì mới tới được Phủ Khống. Đột nhiên, tướng Hiệu thay đổi tư thế, ông không ngồi thuyền ngắm cảnh như bình thường nữa, mà lặng lẽ nằm xuống thuyền, ngửa mặt ngắm trời. Trời không nắng nên ông có thể thoải mái ngắm trời mây, ngắm vòm hang động từ hướng nhìn lạ nhất. Mọi người trong đoàn đều ngạc nhiên và bật cười vì cách lựa chọn của ông. Riêng tôi thì nghĩ, đó là một hành động thể hiện tính cách khác biệt và sáng tạo của vị tướng năng động, thông thái này. Tôi cũng bắt chước ông, nằm thuyền "đi" một đoạn, và thấy thật thư giãn, cảm nhận phong cảnh thật khác lạ. Từ xa, chúng tôi đã nhìn thấy cây thị ngàn tuổi tỏa bóng mát chở che mái Phủ. Phong cảnh đẹp như một bức tranh với dòng sông nước về trong mát, với bến đò lên Phủ, và bóng cây thị xanh đậm phủ bóng êm đềm lên mái ngói âm dương trầm tích.

Tướng Hiệu cho biết, cây thị này đã sống cả ngàn năm, gắn với dòng họ Nguyễn của cụ tổ Nguyễn Bặc trong gia tộc tướng Hiệu. Dưới gốc thị ở Phủ Khống này, 7 vị quan trung thần, trong đó có cụ Nguyễn Bặc đã uống chung ly rượu độc tuẫn tiết để mang theo bí mật về ngôi mộ thật của vua Đinh Tiên Hoàng về thế giới bên kia. Tướng Hiệu và dòng họ Nguyễn quê hương Gia Viễn, Ninh Bình của ông đều hết sức tự hào về uy danh của cụ Nguyễn Bặc và luôn theo truyền thống trung quân ái quốc mà cụ đã làm gương.

Cây thị này ngoài sức sống trường tồn, thì còn có một đặc điểm thật kỳ bí, đó là cùng trên một cành có thể cho hai loại quả khác nhau, quả tròn và quả dẹt khi vào mùa thị. Đây là cây thị duy nhất ở Việt Nam có hai loại quả trên cùng một cây. Cây cao thẳng tắp, lá xanh thẫm dày, và bộ rễ cây mới thật khủng, rễ nổi trên mặt đất, bám chặt vào đá, ăn sâu trong đá, và uốn lượn như thân rồng, vỏ rễ và vỏ cây đều đen thẫm, chắc chắn vô cùng. Hàng ngày du khách đến đây đều thắp hương và vái lạy, tin tưởng vào sự linh thiêng của cây, với linh khí đất, trời, người hội tụ. Tương truyền, có lần cây thị bị gió bão quật gãy ngang thân, thì mầm cây mới lại mọc lên từ gốc đó, tiếp tục lớn và cho bóng mát, cho quả. Cây bất khuất sống qua cả ngàn năm, mặc cho mưa bão, bom đạn tơi bời, cây vẫn đứng đó trên bến sông, chở che cho Phủ Khống, mang bóng mát cho người trú ngụ, mang quả ngọt cho chim chóc,... Tinh thần của cây, của người, của lịch sử đất nước hòa quyện nơi đây, xứng là nơi để khách thập phương về tham quan, chiêm nghiệm bài học lịch sử của thiên nhiên và con người. Rời thuyền bước lên bến vào Phủ Khống, tướng Hiệu thắp hương trong Phủ, và dưới gốc cây thị, ông đứng lặng nguyện cầu. Cuối thu đầu đông Phủ Khống vắng khách, chỉ nghe tiếng gió vi vút, tiếng lá thị xao động mơ hồ, tiếng mái chèo khua nước nhè nhẹ phía xa xa, không khí thinh lặng càng làm cho chúng tôi có cảm giác về sự linh thiêng đặc biệt tại đây, lúc này. Tướng Hiệu khi đứng trước cây thị, thêm một lần tự nhắc mình về lòng trung thành với non sông đất nước, với Tổ Quốc Việt Nam, và ông cầu mong cho Quốc thái Dân an, Người Người hạnh phúc. Bài học về đời cây, đời người, biểu tượng về lòng trung thành, sự trường tồn nơi di tích Phủ Khống, cứ lẳng lặng vang vọng trong tâm hồn chúng tôi.

8. Ký ức và suy ngẫm

Tướng Hiệu cho rằng, chiến tranh trong tương lai là chiến tranh vũ trụ, không gian mạng và công nghệ sinh học.

Trong những ngày này, khi hướng tới chiến thắng 30/4 lịch sử, những người cựu binh từng tham gia chiến trận chống Mỹ cứu nước thường bồi hồi xúc động nhớ lại những ký ức hào hùng, được sống, chiến đấu vì độc lập, tự do của Tổ quốc, vì hạnh phúc của nhân dân. Thượng tướng Nguyễn Huy Hiệu - Viện sĩ Viện Hàn lâm khoa học quân sự Liên bang Nga - trong năm 2021 này lại có những suy ngẫm mới, từ cuộc chiến tranh vĩ đại của dân tộc, hướng tới sự nghiệp quốc phòng trong tương lai.

Trong chiến tranh chống Mỹ cam go, ác liệt, có một sự kiện mà nhiều người biết đến, đó là hàng rào điện tử McNamara của Mỹ dựng lên dọc khu phi quân sự tại vĩ tuyến 17 và đường mòn Hồ Chí Minh, nhằm ngăn chặn quân giải phóng Miền Nam Việt Nam xâm nhập. Bộ máy chiến tranh của Mỹ từng tuyên truyền rất hùng hồn về hàng rào điện tử này, rằng một con chuột nhắt cũng không thể lọt qua. Những chuyên gia về chiến tranh của thế giới cũng như của Việt Nam từng phân tích nhiều về hàng rào điện tử này. Nhưng thực tế thì hàng rào điện tử McNamara là như thế nào?

Từng trực tiếp chỉ huy chiến đấu tại chiến trường Quảng Trị, và một trong những mục tiêu là vô hiệu hóa hàng rào điện tử McNamara, tướng Hiệu cho biết, đó là loại hàng rào điện tử kết hợp với cây nhiệt đới, rào thép gai trên mặt đất, các loại mìn lá, mìn Claymore, rải từ cao điểm 31 Cửa Việt tới cao điểm 544 Fuller, đến Cồn Tiên, Dốc Miếu, Khe

Sanh. Mặc dù hàng rào điện tử được thiết kế bởi những bộ óc quân sự tài ba của Mỹ, nhưng thực tế, trong chiến tranh, hàng rào này đã dần dần bị vô hiệu hóa bởi những phương pháp thông minh, sáng tạo của lực lượng vũ trang giải phóng miền Nam Việt Nam, và người dân địa phương. "Hồi đó, chúng tôi quan sát người dân địa phương đi làm nương rẫy, đã vượt qua được hàng rào điện tử, nên đã vận dụng để vô hiệu hóa hàng rào. Chúng tôi thử làm theo cách của người dân và đã đưa cả một tiểu đội vượt qua hàng rào mà địch không phát hiện được. Sau đó, cả trung đội, tiểu đoàn, trung đoàn vượt qua hàng rào điện tử bằng nhiều cách khác nhau. Chúng tôi phát hiện ra, hàng rào có ưu điểm thì cũng có nhược điểm, đó là khi chim thú chạy qua hàng rào, cây đổ phát ra tiếng động, lập tức báo về trung tâm của địch, địch dùng pháo bắn, dội bom vào các điểm có báo động, khiến hàng rào tan hoang, trở nên vô tác dụng. Địch không xử lý được chính xác thông tin đâu là báo động do tự nhiên gây ra, đâu là báo động do có quân giải phóng Việt Nam xâm nhập nên cứ có báo động là bắn phá, là dội bom, rất tốn kém mà "gậy ông lại đập lưng ông", tự địch lại phá hàng rào điện tử bằng bom đạn của địch. Thêm vào đó, quân ta cũng tháo gỡ bom mìn và đã hoàn toàn vô hiệu hóa hàng rào điện tử McNamara. Như vậy, việc tận dụng sức mạnh chiến tranh nhân dân là một đặc điểm vô cùng độc đáo và hiệu quả trong cuộc chiến tranh giành độc lập của chúng ta. Cho dù trong lịch sử, khi các cuộc chiến tranh diễn ra, lực lượng quân sự chính quy của chúng ta chưa bao giờ mạnh bằng địch, nhưng nhờ sử dụng nghệ thuật chiến tranh nhân dân mà dân tộc ta đã chiến thắng nhiều kẻ thù xâm lược." - Tướng Hiệu chia sẻ.

Cũng vì mục đích tăng cường nghệ thuật chiến tranh nhân dân, mà năm 1998 tướng Hiệu là đặc phái viên của Tổng Bí thư và Bộ trưởng Bộ Quốc phòng Việt Nam cùng với 9 đồng chí khác thuộc Cục tác chiến điện tử, Tổng cục kỹ thuật, Tổng cục 2, Tổng cục công nghiệp quốc phòng, Tổng cục hậu cần và đại diện lực lượng phòng không, không quân được mời sang Nam Tư nghiên cứu về cuộc chiến tranh của Nam Tư, và chuyển thông điệp của Tổng Bí Thư cùng Bộ Quốc phòng nước ta tới Tổng thống Nam Tư Slobodan Milosevic và Bộ trưởng Quốc phòng Nam Tư. Đoàn tướng lĩnh đi theo con đường du lịch, qua Thái Lan, Thụy Sĩ rồi vào Nam Tư. Bên bạn đón tiếp đoàn rất trọng thị và chia sẻ với đoàn Việt Nam nhiều thông tin quý báu về cuộc chiến tranh Nam Tư. Đây là cuộc chiến tranh bằng tên lửa hành trình Tomahawk. Tên lửa này bắn vào các mục tiêu đã định vị trước. Tướng Hiệu cùng đoàn đã đến thực địa các nơi tên lửa hành trình đã bắn vào tại Nam Tư. Đó là các địa điểm: Nhà Tổng thống, Bộ Quốc phòng, trận địa phòng không, sân bay, bến cảng và các cơ sở quân sự của Nam Tư để nghiên cứu. Đoàn còn đến thăm các trận địa mà quân Nam Tư đã bắn rơi máy bay địch nhưng không kịp bắt được tù binh vì địch đã đánh tháo mất. Đoàn Việt Nam cũng đã phỏng vấn các nhân chứng là những người trực tiếp tham gia cuộc chiến tranh này.

Tướng Hiệu cho biết, cuộc chiến tranh tại Nam Tư là cuộc chiến tranh với công nghệ đã phát triển. Bên Nam Tư có nhiều kinh nghiệm đối phó với vũ khí sử dụng công nghệ. Ví dụ một nhóm sinh viên Nam Tư đã nghiên cứu thành công phương án chiến tranh điện tử, khống chế được hạm đội Mỹ nhiều giờ trên tàu chiến, khiến cho việc phóng tên lửa hành trình bị gián đoạn và không trúng mục tiêu. Bên bạn đã dùng hệ thống báo thời tiết để phát hiện tên lửa hành trình và bắn hạ trước khi tên lửa bay tới mục tiêu nên đã giảm được nhiều thiệt hại. Đặc biệt, vào giai đoạn cuối cuộc chiến tranh Nam Tư, bạn đã hạn chế được nhiều tác hại của tên lửa hành trình bằng việc cơ động lực lượng ra khỏi mục tiêu bắn phá.

Về phía Việt Nam, cũng đã chia sẻ với bên bạn những kinh nghiệm đánh hiệp đồng các quân binh chủng, đặc biệt là lục quân, kinh nghiệm bắt sống phi công nhờ chiến tranh nhân dân với lực lượng tại chỗ: bộ đội chủ lực, kết hợp với bộ đội địa phương và dân quân du kích.

Từ chuyến đi trao đổi kinh nghiệm chiến tranh với Nam Tư, kết hợp với thông tin từ cuộc chiến tranh tại Iraq, Syria, tướng Hiệu đã nghiên cứu kỹ và rút ra những tổng kết hữu ích cho nhiệm vụ quốc phòng trong tương lai: Việt Nam chúng ta có nghệ thuật chiến tranh nhân dân là vô địch, trong đó yếu tố quyết định trong chiến tranh vẫn là lực lượng lục quân. Tuy nhiên, chúng ta vẫn phải nghiên cứu sâu đối tượng tác chiến, từ đó tìm ra cách đánh mới cho phù hợp với sự phát triển của khoa học quân sự, công nghệ hiện tại và tương lai (máy bay không người lái, tàu ngầm mini,...). Tướng Hiệu cho rằng, chiến tranh trong tương lai là chiến tranh vũ trụ, không gian mạng và công nghệ sinh học. Hiện nay Mỹ đã thành lập Bộ Tư lệnh vũ trụ. Trong tương lai, cuộc "chiến tranh không gian", "chiến tranh mạng" sẽ diễn ra trong từng giai đoạn, đòi hỏi chúng ta cần nghiên cứu nghệ thuật chiến tranh, cách đánh mới cho phù hợp, tinh gọn, nhẹ, cơ động, và phải hiện đại hóa. Như thế, trong mọi cuộc chiến tranh, nhân dân Việt Nam mới bảo vệ được vững chắc nền độc lập ở cả đất liền, trên biển, trên không và không gian mạng. Hiện nay Việt Nam cũng đã có Bộ tư lệnh tác chiến không gian mạng.

"Con người vẫn là yếu tố quyết định vận mệnh của dân tộc, ngoài yếu tố con người, thì còn trí tuệ, văn hóa, truyền thống Việt Nam cũng là sức mạnh riêng quyết định vận mệnh đất nước, thực hiện thắng lợi hai nhiệm vụ chiến lược: xây dựng và bảo vệ Tổ quốc." - Thượng tướng Nguyễn Huy Hiệu nhấn mạnh.

9. Ký ức tháng 7 của một vị tướng

Trong cuộc chiến tranh giải phóng đất nước, biết bao anh hùng, liệt sĩ, thương binh đã vì đất nước mà không tiếc máu xương và mạng sống của mình. Chính vì thế, cứ mỗi năm, tháng 7 được người dân nước ta coi là tháng tri ân, để có những hành động thiết thực biết ơn, tưởng nhớ những người liệt sĩ, thương binh. Riêng Thượng tướng Nguyễn Huy Hiệu - người đã từng tham gia trực tiếp 67 trận đánh trong chiến tranh chống Mĩ cứu nước – cũng muốn tri ân những người từng giúp cách mạng, giúp ông hoàn thành nhiệm vụ trong sự nghiệp chiến đấu bảo vệ tổ quốc.

Tướng Hiệu cho biết, chính trong những ngày cả nước cùng quyết tâm chống dịch như chống giặc, sự đồng tâm hiệp lực toàn dân, đặc biệt là rất nhiều doanh nghiệp đã góp những khoản kinh phí lớn vào quỹ vaccine là hành động thể hiện truyền thống văn hóa lâu đời của nhân dân ta - truyền thống toàn dân cùng đánh giặc. Mỗi khi đất nước gặp khó khăn, đáp lại lời hiệu triệu của Lãnh đạo đất nước, toàn dân ta sẽ cùng chung tay, dồn tâm huyết vào việc chung để diệt giặc dữ. Trong lịch sử nhiều quốc gia đã cho thấy, nếu khơi dậy được niềm tự hào, lòng tự trọng, tôn vinh dân tộc mình trong toàn dân, thì kẻ thù nào cũng sẽ bị dân tộc đó đánh bại.

Sự ủng hộ nhiều tỉ đồng vào quỹ vaccine của các doanh nghiệp, tập đoàn kinh tế ở nước ta trong thời điểm này khiến tướng Hiệu nhớ lại việc mình đã được đồng bào giúp đỡ tận tình, hiệu quả, để có thể chiến đấu oanh liệt và chiến thắng. Đó là thời điểm Mậu Thân 1968, quân giải phóng miền Nam Việt Nam gặp nhiều khó khăn. Địch phản kích dữ dội, chúng tổng lực sức mạnh của quân đội Mĩ và quân đội Việt Nam Cộng hòa tập kích quân ta. Trong khi đó, tới năm 1969 thì Bác Hồ mất, đất nước chìm trong khó khăn, đau buồn. Nhưng chính lúc đó, chúng ta đã biết khơi dậy lòng tự trọng, truyền thống văn hóa của dân tộc, cả nhân dân đồng lòng vùng lên, biến đau thương thành hành động, phản công mạnh quân địch, giải phóng đất nước.

Vào năm 1970-1972 trong chiến dịch Quảng Trị, nhân dân, đồng bào Bình Trị Thiên, đặc biệt là nhân dân Quảng Trị đã giúp Nguyễn Huy Hiệu và đơn vị hoàn thành nhiệm vụ. Kể cả đồng bào các dân tộc ở Quảng Trị như đồng bào Vân Kiều đã chung tay góp sức cùng đơn vị quân đội đánh Mĩ. Một tấm gương tiêu biểu về hình ảnh người dân cùng đánh giặc, đó là xã đội trưởng Nguyễn Minh Kỳ ở Cam Lộ, từng được mệnh danh là Hùm xám Quảng Trị, đã giúp Trung đoàn 27 cơ động và chiến đấu oanh liệt tại Mặt trận B5 thời đó. Tấm gương tiêu biểu thứ hai là đồng chí Võ Nguyên Quảng - huyện đội trưởng huyện Phong Điền. Những cô gái Quảng Trị như O Tâm, O Thiết đã không quản ngại gian lao và hy sinh, dẫn đường cho quân giải phóng trước, trong và sau các chiến dịch, đồng thời tiếp lương, tải đạn rất nhiệt tình. Không tiếc máu xương, các cô gái Quảng Trị đã bám trụ ban ngày trong gian khó; thông tin, tiếp lương tải đạn xuyên đêm, có công lao lớn trong thắng lợi của cách mạng.

Sau mở màn chiến dịch 1972, các Cao điểm 322, 288, 544 được giải phóng, Trung đoàn 27 trở về cánh Đông giải phóng Triệu Phong và Hải Lăng. Lúc đó, Nguyễn Huy

Hiệu nhớ lại, có hai nhân vật người dân tiêu biểu đã có đóng góp rất lớn cho cách mạng, giúp Trung đoàn chiến đấu hiệu quả và giành thắng lợi. Một người là ông Nguyễn Văn Quảng, huyện đội trưởng Phong Điền. Ông phái O Nghệ từ Huế vượt qua Thanh Hương ra gặp Trung đoàn trưởng Trung đoàn 27 Phạm Minh Tâm và Tiểu đoàn trưởng Tiểu đoàn 3 Nguyễn Huy Hiệu. O Nghệ đã cung cấp toàn bộ thông tin về tình hình địch ở phía Thanh Hương, Phong Điền, Huế. Nhờ thông tin hữu ích của O Nghệ cung cấp, Trung đoàn 27 do đồng chí Cao Uy chỉ huy, nhanh chóng tập trung lực lượng đánh địch ở khu vực Bắc Thanh Hương và nhà thờ Chi Bưu thôn Lại Cửu, hoàn thành xuất sắc nhiệm vụ bảo vệ cánh Đông thị xã Quảng Trị giúp cho đồng chí Trần Minh Vân chỉ huy trung đoàn 48 chốt trong Thành cổ trong suốt chiến dịch. Sau này, cứ mỗi dịp tháng 7 tới, Thượng tướng Nguyễn Huy Hiệu lại thực hiện chuyến đi tri ân những người dân từng giúp ông hoàn thành nhiệm vụ trong chiến tranh, trong đó có O Nghệ.

Thượng tướng Nguyễn Huy Hiệu cũng tin tưởng rằng, trong cuộc chiến với dịch Covid-19 hiện nay, khi chúng ta khơi dậy được sự đoàn kết toàn dân, lòng tự tôn dân tộc, mọi người dân đồng sức đồng lòng góp công chống dịch, thì đất nước ta nhất định sẽ chiến thắng Covid-19.

10. Tạo vườn rau thuốc tại nhà mùa Covid-19

Trong xã hội đã có hiện tượng gia tăng xung đột gia đình trong mùa Covid. Nhưng không phải ở gia đình nào cũng vậy, có một số gia đình lại thấy làm được nhiều việc có ích hơn khi được ở nhà. Gia đình Thượng tướng Nguyễn Huy Hiệu là một ví dụ, tuy Covid-19 có làm đảo lộn nếp sinh hoạt quen thuộc nhiều năm, nhưng bù lại họ đã tạo được một vườn rau thuốc mới tại gia.

Từ khi dịch Covid - 19 trở nên căng thẳng, gia đình Thượng tướng Nguyễn Huy Hiệu chỉ thường xuyên có 3 người: tướng Hiệu, phu nhân Lại Thị Xuân và một người giúp việc. Bà Xuân là một bác sĩ, trước đó tu nghiệp tại Liên Xô, có kiến thức y học cộng thêm kinh nghiệm thực tế do từng công tác tại bệnh viện, nên đã có nhiều giải pháp trong việc phòng chống các bệnh tương tự như cúm mùa, bệnh nhiệt đới. Thời mới xảy ra đại dịch, bà Xuân vận dụng kinh nghiệm, kiến thức bà đã có cộng thêm thông tin y tế chính thức, để cùng chồng có biện pháp phù hợp phòng dịch, bà đề ra chế độ ăn uống cho người thân trong gia đình, đảm bảo sức khỏe cho mọi thành viên đi làm, đi học hàng ngày.

Gia đình tướng Hiệu có tổng số 10 người, bao gồm hai ông bà, bốn con trai, gái, dâu, rể, bốn cháu nội, ngoại. Con trai, con gái của ông bà đều đã thành lập gia đình và ra ở riêng. Mỗi cặp vợ chồng con trai, con gái tướng Hiệu đều đã có hai con nhỏ. Trước khi có đại dịch Covid – 19, mỗi Chủ nhật các con, cháu đều về thăm ông bà, cùng quây quần ăn một bữa cơm gia đình đông vui, ấm áp. Cùng chia sẻ những câu chuyện về công việc, học hành, những trải nghiệm sống vui vui, những bài học mới mẻ. Khi dịch Covid bùng phát đã làm đảo lộn nếp sinh hoạt gia đình, ông bà ra quyết định, cứ hai tuần một lần con cháu mới về thăm ông bà một lần, không tổ chức ăn uống chung như trước, mỗi lần về thăm, các con, cháu chỉ ở chơi nhà ông bà trong thời gian ngắn.

Khi các cháu của tướng Hiệu bắt đầu học online, xen thời gian được học tập trung ở lớp, thì thời gian tiếp xúc với thầy cô, các bạn ít hơn, thời gian ở nhà nhiều hơn. Ông dựa trên sở thích của từng cháu để định hướng và khích lệ các cháu gái học thêm đàn piano, học vẽ, đọc sách, cháu trai học môn cờ vua, chơi bóng đá với vài bạn hàng xóm, xem chương trình truyền hình phù hợp. Điều quan trọng là tạo cho các cháu nếp học tập chủ động ở nhà, xen lẫn các môn nghệ thuật, thể thao, để các cháu có niềm vui, quen dần với thay đổi mới mẻ, biết sử dụng thời gian có ích trong không gian gia đình.

Tướng Hiệu quan điểm, bên cạnh việc chống dịch như chống giặc, thì nên tạo lối sống mới, từng bước sống chung với dịch. Cho dù đã tiêm phòng, thì vẫn nên thực hiện 5K trong sinh hoạt hàng ngày. Trong hai năm có Covid, tướng Hiệu đã "cơ cấu" lại khu vườn sinh vật cảnh nhỏ của gia đình. Trước kia trong vườn chủ yếu là cây cảnh, phong lan, hai cây khế sai quả, nay được cải tạo, trồng xen rau thường dùng và rau gia vị, bao gồm: rau ngót Nhật, mơ lông, dấp cá, chanh, gừng, tỏi, hành, hẹ... Rau do người nhà dưới quê gửi lên Hà Nội cho gia đình tướng Hiệu không được thường xuyên như trước kia nên vườn rau mới này đảm bảo được bữa ăn cho ba người. Đặc biệt, các loại rau thuốc trong vườn đã giúp tăng cường sức đề kháng cho ông bà, làm khỏe đường hô hấp. Tướng Hiệu vui vẻ cho rằng, chính nhờ dịch Covid căng thẳng mà ông bà đã tạo được vườn rau mới này. Khu vườn nhỏ trở nên thiết thực hơn khi không chỉ làm vui mắt, vui tay chân mà còn bổ sung thức ăn làm thuốc trong bữa ăn thường ngày của ông bà. Đó là một sự thay đổi hiệu quả, tạo nên một môi trường sinh động cho chính mình. Hàng ngày ông tập thể dục trong vườn, sau đó tỉa cây, bón rau,... những việc làm đó không chỉ vui, tiêu hao năng lượng, mà còn giúp người khỏe khoắn, tinh thần sảng khoái, tâm lý thanh thản, suy nghĩ tích cực.

Lúc này, ông bà cũng không gặp hai gia đình con cháu cùng lúc nữa, mà thay đổi luân phiên, ví dụ Chủ nhật tuần này gặp gia đình cháu nội thì Chủ nhật sau mới gặp gia đình cháu ngoại. Thực phẩm gồm gạo, rau, thịt của người nhà ở quê gửi lên cũng được ông bà chia đều và gửi dịch vụ vận chuyển cho hai gia đình con gái, con trai. Dịp sinh nhật của bất cứ thành viên nào trong gia đình cũng không tụ tập liên hoan chung như trước nữa, để tránh tập trung đông người. Nếu có cháu, con nào đến thăm ông bà, cũng cần hẹn trước để tránh bị trùng lịch ông bà gặp con, cháu khác, đảm bảo an toàn và thực hiện giãn cách theo quy định chung. Bài học quan trọng trong hai năm có đại dịch, đó là trong gia đình tướng Hiệu, các cháu nhỏ đã biết tự chủ, tự lực trong mọi việc của mình, từ học hành cho đến cách sinh hoạt, ăn uống điều độ, thể dục thể thao vừa sức và biết sống quân bình, an ổn trong không gian nhỏ của gia đình. Sự hòa thuận, vui vẻ được tạo ra nhờ định hướng sống lạc quan, yêu đời và làm từ việc nhỏ đến việc lớn đều có ích. Trước thách thức đại dịch, cần luyện được tâm lý vững vàng, hiểu đúng thông tin, hiểu rõ thực trạng, chỉ chắt lọc và tiếp nhận nguồn tin chính thức để từ đó bình tĩnh, tìm cách phù hợp khắc phục hoàn cảnh, phòng bệnh hiệu quả. Tuyệt đối tránh nghe tin rác làm nhiễu loạn tâm lý của mình.

Theo dự đoán của tướng Hiệu, dịch Covid sẽ còn tồn tại rất lâu, do biến chủng liên tục. Do đó con người cần tiêm chủng và từng bước chung sống với con virus tinh quái này. Virus có trong không khí và sẽ không chỉ lây từ người sang người qua tiếp xúc gần. Chúng ta cần thực hiện phương châm 4 tại chỗ trong phòng dịch, thực hiện nguyên tắc 5K để được an toàn. Và muốn tiêm chủng bền vững, thì Việt Nam cần tập trung sản xuất được vaccine của mình để chủ động ngừa Covid-19, tiêm cho ít nhất 2/3 tổng số dân. Đại dịch Covid là một khủng hoảng y tế thì cần tập trung dùng y học để xử lý về lâu dài, có cân nhắc kết hợp các biện pháp khác.

11. Biết ơn những người thầy ấn tượng nhất thời mới nhập ngũ

Để trở thành một vị tướng tài, xông pha nơi trận mạc, xuất sắc chỉ huy nhiều trận thắng oanh liệt trong thời kỳ chiến tranh chống Mỹ cứu nước, thì ngay từ những ngày đầu vào quân ngũ, được huấn luyện bởi những người thầy, tướng Nguyễn Huy Hiệu đã nhanh chóng tiếp nhận được kiến thức, kỹ năng cơ bản, và từ đó tiếp tục phấn đấu rèn luyện những kỹ năng độc đáo nhất học được từ những sỹ quan chỉ huy cấp cao.

Anh lính bộ binh Nguyễn Huy Hiệu nhập ngũ năm 1965, và trong suốt quá trình được huấn luyện, anh đã gặp được những người thầy quan trọng, mà anh mang ơn suốt cuộc đời mình. Những người thầy ấy đã góp phần cơ bản trong việc tạo nên một người lính chiến thiện nghệ, một vị tướng tài trong quân đội là Nguyễn Huy Hiệu sau này. Nhờ năng khiếu quân sự sẵn có, cộng thêm việc được học hỏi từ những người thầy giỏi, tướng Hiệu đã sớm có được những kỹ năng và tư duy quân sự tốt.

Tháng 2/1965 anh lính Nguyễn Huy Hiệu được chiến đấu trong Tiểu đội 9, Trung đội 3, Đại đội 2, Tiểu đoàn 4 thuộc Trung đoàn 812, Sư đoàn 324 tại Nghi Ân, Nghi Lộc, Nghệ An. Mới nhập ngũ, anh còn là một thanh niên nông thôn, chưa hiểu biết gì nhiều về công tác huấn luyện quân sự. Anh khá ấn tượng với 12 điều quy định trong điều lệnh mà tất cả tân binh được rèn luyện. Các anh được dạy làm những việc tỉ mỉ như cách gấp chăn màn sao cho vuông vắn gọn ghẽ, cách để giày sao cho khi nghe tiếng kẻng báo hoặc hiệu lệnh là có thể xỏ chân vào giày, thắt dây nhanh nhất, cách xếp quần áo, cách để ba lô, mũ, treo súng sao cho có thể lấy nhanh nhất đeo lên người, cách phơi khăn mặt cũng phải kéo hai góc khăn cho trùng khít và phẳng, cách ngủ như thế nào để khi có báo động là trong tích tắc đã bật dậy, xỏ giày đeo ba lô, khoác súng tập trung được ngay... Những nề nếp sinh hoạt quy chuẩn của bộ đội được huấn luyện từ thời đó, đã trở thành thói quen của tướng Hiệu, khiến ông luôn xử lý các việc cá nhân hiệu quả, nhanh gọn trong suốt cuộc đời mình.

Khi huấn luyện với súng, anh lính Nguyễn Huy Hiệu vô cùng thích việc được rèn kỹ năng tháo lắp súng. Các chiến sỹ tháo súng, rồi bịt mắt và lắp lại súng. Rèn thành thục kỹ năng này để trong đêm tối, hay trong bất cứ hoàn cảnh nào cũng có thể thao tác với thiết bị nhanh nhất. Anh lính trẻ Huy Hiệu khi ấy có ước mơ được sử dụng súng ngắn K59 của Nga. Sau đó, trong quá trình rèn luyện, anh là tân binh bắn giỏi nên được đồng chí Đại đội phó Võ Tòng - một sĩ quan tập kết từ miền Nam ra, vốn là người bắn vô cùng giỏi - điều về làm liên lạc. Ước mơ đã thành sự thật, anh lính Huy Hiệu được chính Đại đội phó Võ Tòng - người có tài bắn rơi chim đang bay mà không cần ngắm - dạy bắn bằng súng ngắn K59. Tướng Hiệu vốn phục sát đất tài bắn súng của Đại đội phó Võ Tòng nên anh tập trung luyện bắn theo hướng dẫn của vị chỉ huy tài ba này và học được những kỹ năng quý. Sau này anh được điều về làm Tiểu đội trưởng khẩu đội DKZ.

Sau đó, Nguyễn Huy Hiệu lại được đồng chí Nguyễn Hữu Uông, Tham mưu trưởng Tiểu đoàn 4, Trung đoàn 812, Sư đoàn 324 điều lên làm liên lạc cho ông. Ông Uông vốn là một trí thức, tham gia quân đội, rất giỏi về bản đồ và công tác tham mưu. Anh lính Hiệu có cơ hội được chứng kiến tất cả các phương pháp thiết kế trận đánh, sử dụng bản đồ, kiến thức địa lý trong chiến trận, cách đánh địch linh hoạt trăm phương ngàn kế… Với cuốn sổ và cây bút trong tay, anh lính liên lạc Nguyễn Huy Hiệu ghi chép lại tất cả các kiến thức đó từ những bậc thầy trong chiến tranh và biến nó thành kiến thức cho mình, rèn luyện nhuần nhuyễn trong chiến đấu.

Nhờ được những người thầy tài giỏi như vậy ngay từ những ngày đầu huấn luyện nên Nguyễn Huy Hiệu sớm lĩnh hội được những kiến thức, kỹ năng và tầm nhìn chỉ huy trong chiến đấu, để trở thành một người lính xuất sắc, một chỉ huy tài năng và sau này trở thành một trong những vị tướng tài của Quân đội Nhân dân Việt Nam. Khi chiến tranh qua đi, Thượng tướng Nguyễn Huy Hiệu vẫn thường xuyên thăm hỏi, tri ân báo đáp những người thầy ấn tượng nhất đối với ông trong thời kỳ đầu ông vào quân ngũ.

12. Cần tuyên dương Anh hùng trong chống dịch

Đại dịch Covid-19 đã kéo dài, lấy đi sinh mạng của biết bao con người và gây tổn thất cực kỳ lớn cho kinh tế, xã hội, và sự phát triển chung của loài người. Tại Việt Nam, qua những làn sóng dịch tràn qua, đã có biết bao những tấm gương trong và ngoài ngành y không quản nguy hiểm tính mạng, bỏ công sức cứu chữa người.

Vậy xã hội cần làm cách nào để tôn vinh những tấm gương đó một cách xứng đáng? Chúng ta cùng trò chuyện với Thượng tướng Nguyễn Huy Hiệu để nghe ông bày tỏ quan điểm về vấn đề tôn vinh người có công trong chống dịch Covid-19.

- *Thưa ông, trong cuộc chiến với Covid-19 ở nước ta, đã có những cá nhân, tập thể trong và ngoài ngành y đóng góp đáng kể, và Chính phủ cũng đã tuyên dương họ, ông có suy nghĩ gì về việc này?*
- Đại dịch Covid-19 lần này đối với Việt Nam là quá lớn và kéo dài, thử thách tinh thần, ý chí, sức mạnh thực sự của con người Việt Nam. Đã có nhiều những tấm gương trong và ngoài ngành y xả thân cứu người. Họ đã đem hết sức lực, trí tuệ, tâm huyết để cống hiến cho xã hội, chăm sóc, cứu người bệnh, bảo vệ cộng đồng. Những hành động cao đẹp đó có sức lay động tâm cảm con người rất lớn, là động lực cho cộng đồng cùng chung tay chống dịch, giúp cả đất nước, cả

dân tộc đồng sức, đồng lòng vượt qua thảm họa dịch bệnh chưa từng có trong lịch sử. Tôi thiết nghĩ, chúng ta cần tôn vinh những tấm gương đó ở mức cao.

- *Ông có ấn tượng nhất với tấm gương nào trong chống dịch ở nước ta?*
- Có rất nhiều tấm gương bác sĩ, y sĩ, y tá, điều dưỡng viên và cả người dân trong chống dịch, có hành động anh hùng, gây xúc động mạnh. Tôi vô cùng ấn tượng trước cả tập thể đông đảo những y bác sĩ lên đường vào Tp. Hồ Chí Minh, vào Bình Dương chống dịch. Hình ảnh đó gợi nhớ trong tôi thời năm 1965, khi đoàn quân chúng tôi ra trận, tiến vào miền Nam đánh Mỹ, giải phóng Miền Nam, thống nhất đất nước. Những "người lính áo trắng" thời nay không quản khó khăn, với tinh thần xả thân mình vì sự nghiệp cứu người, bảo vệ sự an toàn cho nhân dân, không sợ hy sinh, gian khổ, thì không bút sách nào kể hết. Có những cặp vợ chồng bác sĩ, gửi con nhỏ lại cho bố mẹ mình chăm sóc, để cùng nhau lên đường vào Nam chống dịch, phơi thân mình làm việc trong điều kiện khó khăn và nguy hiểm tới tính mạng. Thực tế đã có nhiều y bác sĩ nhiễm bệnh, suy giảm sức khỏe, nhiều người đã hy sinh trong khi làm nhiệm vụ…
- *Ông đã từng được tuyên dương Anh hùng các lực lượng vũ trang trong cuộc chiến tranh chống Mỹ, cứu nước, giải phóng dân tộc. Vậy còn trong cuộc chiến với Covid-19, đã có không ít những dũng sĩ áo trắng ngã xuống nơi "chiến trường" cứu người, chống dịch. Chúng ta nên tôn vinh những tấm gương ấy theo cách nào?*
- Họ chính là những Anh hùng trên mặt trận ngành y, những biểu tượng người Anh hùng mới. Nhà nước

ta đã có chính sách tuyên dương, khen thưởng cho những người hy sinh, có công lao trong chống dịch. Tuy nhiên cần có tổng kết đầy đủ theo từng đợt, tuyên dương tấm gương điển hình, tôn vinh với danh hiệu Anh hùng trong mặt trận chống dịch, như cách chúng ta đã làm trong chiến tranh. Từ tấm gương đó, chúng ta xây dựng những điển hình của tập thể, cá nhân, có những hành động anh hùng, được công chúng ngưỡng vọng như những Anh hùng thời chiến tranh, để toàn dân học tập, noi theo. Tôi cho rằng cách làm này thể hiện truyền thống văn hóa của nhân dân Việt Nam, biết ơn người có công, xây dựng hình tượng điển hình để khích lệ toàn dân noi theo, đồng tâm hợp lực đánh thắng kẻ thù dù chúng có sức mạnh tới đâu. Chính phủ ta đã nêu khẩu hiệu "Chống dịch như chống giặc", thì chúng ta cần tôn vinh những Anh hùng trong cuộc chiến chống dịch Covid-19.

- *Và những Anh hùng trong mặt trận chống dịch, sẽ không chỉ là những người trong ngành y, phải không ông?*
- Kể cả những người dân thường, có cống hiến xứng đáng trong đại dịch, đều cần được tôn vinh Anh hùng. Thực tế có những cá nhân, tập thể, những Mạnh Thường Quân đã có những hành động anh hùng, như đóng góp hết tài sản để hỗ trợ người dân trong vùng dịch, hay nhận nuôi dưỡng và xây trường học cho hơn 1500 trẻ em mồ côi cả cha mẹ trong đại dịch... Hoặc có những nhà khoa học, cống hiến toàn bộ tâm sức, thời gian, âm thầm nghiên cứu, tìm ra thuốc trị bệnh dịch, thì cũng cần được tôn vinh Anh hùng. Không chỉ có thế, sau đại dịch, cần có tượng đài tri ân ngành Y với những nỗ lực, cống hiến, hy sinh trong

đại dịch. Nước Nga là nước đầu tiên dựng tượng đài tôn vinh ngành
- *Xin cảm ơn ông!*

13. Thêm một lần biết ơn nước Nga

Trước sự hy sinh, và nỗ lực to lớn của đội ngũ ngành Y trong 4 đợt chống dịch Covid-19 tại nước ta trong hai năm qua, Thượng tướng Nguyễn Huy Hiệu đã lên tiếng tri ân ngành Y Việt Nam và nêu ý tưởng tuyên dương Anh hùng cho những tập thể và cá nhân tiêu biểu có công lớn trên mặt trận chống dịch. Bên cạnh đó, ông cũng nêu quan điểm rằng, chúng ta cần tri ân nước Nga, trong khó khăn đã tặng Việt Nam vaccine phòng dịch Covid-19 và cũng chuyển giao công nghệ sản xuất vaccine Sputnik V cho Việt Nam.

Trong mỗi khó khăn của Việt Nam, nhân dân và đất nước Nga (trước đây là Liên Xô) đều sẵn sàng giúp đỡ vô điều kiện. Thượng tướng Nguyễn Huy Hiệu nhớ lại, thời nước ta trong chiến tranh với Mỹ, bộ đội trú trong rừng sâu, thường bị sốt rét, hy sinh tương đối nhiều. Trước tình hình đó, Liên Xô đã viện trợ cho chúng ta loại thuốc ký ninh (gồm cả loại thuốc uống và thuốc tiêm) rất hữu hiệu trong chữa trị bệnh sốt rét ác tính cho bộ đội Việt Nam trong rừng, cùng nhiều loại thuốc chữa bệnh khác. Biết bao người lính Việt Nam trong chiến trường những năm 60 đã vượt qua bệnh tật hiểm nghèo nhờ thuốc men của Liên Xô, để tiếp tục chiến đấu và chiến thắng quân xâm lược, giải phóng miền Nam, giành lại độc lập, tự do cho tổ quốc. Chúng ta cần biết ơn nhân dân và đất nước Liên Xô, nay là nước Nga, vì nghĩa cử cao đẹp đó.

Vào tháng 12/2010, nước Nga đã mời một đoàn các sỹ quan, cán bộ ngành Y của Việt Nam sang thăm nước Nga và thực tế nền khoa học Y của Nga. Trong đoàn có Thượng tướng Nguyễn Huy Hiệu và phu nhân, Trung tướng Nguyễn Tiến Bình – Giám đốc Học viện Quân Y cùng các đồng chí khác trong Trung tâm Nhiệt đới Việt – Nga, Cục Đối ngoại Bộ Quốc phòng, các nhà khoa học ngành Y của Việt Nam. Đặc biệt, bà Lại Thị Xuân, phu nhân Thượng tướng Nguyễn Huy Hiệu từng học Y tại Odessa nên được phía bạn rất yêu quý, đón tiếp tình cảm như đón người thân lâu ngày trở về nhà. Đoàn đã được tham quan các cơ sở Y tế, các thành tựu trong khoa học ngành Y tại Moscow. Tướng Hiệu khi đó rất ấn tượng với việc các danh y sư tổ của Nga được dựng tượng đài trang trọng ở Moscow. Ông cũng xúc động khi thưởng lãm những công nghệ tiên tiến điều chế và sản xuất dược phẩm của Nga, nơi từng sản xuất thuốc men cứu trợ cho bộ đội Việt Nam nơi chiến trường xưa ông từng chiến đấu. Những viên thuốc ký ninh đắng ngắt dường như còn nguyên vị trong tâm cảm ông. Tướng Hiệu đã thực sự cảm kích và khâm phục nền Y học tiên tiến, phát triển tột bậc của bạn. Từ những vị danh Y đầu ngành thời cách mạng tháng Mười Nga, cho đến nay, các thế hệ nhà khoa học Y của Nga vẫn kế tục được thành công đó của cha ông và tiếp tục tạo nên những thành tựu mới trong Y học. Sau khi thăm các cơ sở nghiên cứu Y khoa tại Moscow, đoàn Việt Nam đã đến thực tế tại trường Đại học Y khoa quốc gia Pavlov tại Saint Petersburg, được giới thiệu về thành quả giáo dục, đào tạo đội ngũ ngành Y cho nước Nga và nhiều nước trên thế giới, trong đó có Việt Nam. Nhiều thế hệ ngành Y Việt Nam đã theo học ở trường, khi về nước trở thành những cánh chim đầu đàn, những nhà khoa học Y xuất sắc, có đóng góp những thành tựu lớn cho Y học nước nhà.

Trong khi Việt Nam gồng mình chống dịch như chống giặc, chính nước Nga cũng đã hỗ trợ cho Việt Nam số lượng lớn liều vaccine Sputnik, góp phần quan trọng để kịp thời đẩy nhanh tiến độ tiêm phủ vaccine trên toàn quốc.

"Ngay khi nước Nga tuyên bố họ đã phát triển được vaccine Sputnik V ngừa Covid-19, tôi đã tin tưởng rằng các nhà khoa học ngành Y nước Nga và nền y tế Nga sẽ giúp được Việt Nam nói riêng và thế giới nói chung chống lại bệnh dịch hiệu quả. Và đúng như vậy, hiện nay vaccine Sputnik V ngừa Covid-19 của Nga đã được cung cấp cho nhiều nước trên toàn cầu. Hơn 70 nước đã phê duyệt vaccine phòng Covid-19 của Nga, và tổ chức Y tế thế giới cũng đã công nhận."- Tướng Hiệu cho biết.

Để Việt Nam có thể chủ động trong việc phòng chống dịch Covid-19, nước Nga cũng đã chuyển giao công nghệ sản xuất vaccine ngừa Covid cho Việt Nam. Tình cảm lớn lao của nước Nga dành cho Việt Nam thực sự không lời nào tả xiết. Sự tận tâm chia sẻ nguồn vaccine của nước Nga với Việt Nam trong giai đoạn chống dịch vô cùng khó khăn, thật đáng trân trọng và cần được toàn dân ta ghi nhớ, biết ơn mãi mãi.

14. "Cầu ông Hiệu" – kết nối phát triển

Tại phường Yên Hòa (Hà Nội), nơi khu vực làng Cót trước kia, được xây một cây cầu bắc qua sông Tô Lịch, do cầu xây xong không ai đặt tên, nên người dân gọi cầu ông Hiệu, để nhớ về vị tướng đã có sáng kiến xây cầu, có công kêu gọi kinh phí xây cầu, mang lại sự an toàn, thuận tiện và phát triển cho người dân khu vực. Quả vậy, từ việc xây cầu phục vụ nhu cầu đi lại cho người dân, Thượng tướng Nguyễn Huy Hiệu đã vừa trực tiếp, vừa gián tiếp mang lại sự thay đổi mạnh mẽ cho cả khu vực này trong suốt hơn 3 thập niên qua.

Vào năm 1985, Quân đội xin địa phương và được cấp đất ở khu vực làng Cót (Yên Hòa, Cầu Giấy, Hà Nội) và xây khu tập thể quân đội, trong đó có tập thể quân đoàn 1, quân đoàn 2, pháo binh, vv… Đến năm 1986, khi khu tập thể xây xong, rất đông gia đình các sỹ quan, cán bộ đã chuyển về đây ở, làm nên một khu vực đông đúc hơn, cùng với cư dân cũ của làng Cót. Nguyễn Huy Hiệu cũng được phân nhà ở khu tập thể này. Khi đó, khu vực này chưa có cầu, nên người dân và các sỹ quan quân đội khi di chuyển đều phải đi vòng lên cầu Giấy, cầu Cót, xa thêm chừng 1 ki lô mét, khá vất vả và thường ùn tắc.

Năm 1988, khi Nguyễn Huy Hiệu trở thành Tư lệnh Quân đoàn 1, ông nhận thấy nếu cứ để tình cảnh đường xá cực kỳ khó khăn thế này thì không an toàn, cần phải có cây cầu bắc qua sông Tô Lịch ở khu vực làng Cót, nên đã vận động kinh phí xây cầu. Cây cầu được xây trong vòng 3 tháng nối bên Láng (Đống Đa) với làng Cót (Cầu Giấy). Sau khi có cầu, mới có con phố 381 vào khu tập thể quân đội, và khi làng Cót lên phường Yên Hòa thì có phố Hoa Bằng, và những tên gọi phố khác. Cây cầu mang lại sự thuận tiện giao thông cho người dân và cán bộ, sỹ quan quân đội. Không những thế, nhiều hàng quán, dịch vụ mở ra phát triển mạnh lên nhiều lần, tạo nên một khu vực nhộn nhịp, sung túc vui vẻ hơn. Thấy vườn tướng Hiệu trồng nhiều cây xanh, hoa tươi rực rỡ, người dân theo gương ông cũng trồng cây trong vườn, trồng dây leo quanh hàng rào, trồng hoa trước cửa, tạo nên cả một vùng tươi xanh trù phú. Người dân biết ơn nên tự gọi tên cây cầu là "Cầu ông Hiệu". Cái tên tự phát ấy được người dân khu vực làng Cót quen miệng gọi cho đến nay. "Cầu ông Hiệu" đã thành một biểu tượng cho sự tiện lợi và phát triển của người dân khu vực làng Cót.

Hơn ba thập niên trôi qua, do sự phát triển đô thị, làng Cót đã thành phường Yên Hòa. Dân cư đông đúc gấp nhiều lần, xe cộ cũng nhiều hơn, dù đã có cầu ông Hiệu, nhưng tình trạng ách tắc lại xảy ra vào giờ cao điểm. Nơi đây lại một lần nữa trở thành nút thắt giao thông của phường Yên Hòa. Cạnh đó, có trường Tiểu học Yên Hòa, cha mẹ học sinh đưa đón con đi học, cũng gặp khó khăn và mất an toàn. Để giải quyết tình trạng này, năm 2021 Thành phố Hà Nội mới đầu tư 38 tỷ đồng, mở rộng cầu ông Hiệu thành cây cầu rộng 21m, dài 38m, có hệ thống đèn đường rực rỡ, đảm bảo hai làn xe đi lại thông thoáng, có lối đi rộng dành cho người đi bộ, giải tỏa tắc nghẽn khu vực vào phường Yên Hòa. Cây cầu này mới được đặt tên là Cầu Yên Hòa. Dự kiến sang năm 2022, Thành phố sẽ đầu tư tiếp một con đường rộng 21m chạy thẳng tới Khu tập thể Công viên Cầu Giấy, giải quyết một điểm tắc nghẽn lớn của Hà Nội và tạo nên một môi trường mới, thông thoáng hơn, thay đổi tốt hơn môi trường sinh hoạt của người dân khu vực, trong đó có các sỹ quan quân đội. Các cháu học sinh trường tiểu học Yên Hòa đi lại cũng an toàn hơn và thoát khỏi cảnh tắc nghẽn kinh niên.

Hiện nay, người dân vừa được hưởng lợi từ cây cầu Yên Hòa được nâng cấp, nhưng từ trong tiềm thức, họ vẫn hiểu rằng, cây cầu đẹp đẽ mới mẻ này, cơ bản được hình thành từ cách nay hơn 3 thập niên, nhờ sáng kiến và sự vận động kinh phí của tướng Hiệu. Từ nền tảng đó, mà cây cầu mới được nâng cấp, mà cuộc sống nơi đây dần thay đổi, và tạo hiệu ứng phát triển cho đến nay. Nhiều người dân nơi đây biết ơn tướng Hiệu, mỗi khi thấy ông đi qua, họ đều kính trọng chào hỏi, chia sẻ tình cảm của mình khi được ông hỏi han.

Đây không phải cây cầu duy nhất mà tướng Hiệu góp công, góp ý dựng xây trong cuộc đời ông. Không chỉ bắc những cây cầu thực thể, ông còn bắc những cây cầu kết nối người với người, để đoàn kết, hợp tác hỗ trợ nhau cùng phát triển. Ngày nay, tuy đã nghỉ hưu, nhưng tướng Hiệu bên cạnh việc nghiên cứu khoa học quân sự, vẫn liên tục kết nối mọi người trong các ngành khoa học, thông tin, quân sự để chia sẻ kiến thức, hợp tác, giải quyết các vấn đề trong lao động, cuộc sống. Các bữa trưa của ông luôn ăm ắp tiếng nói, tiếng cười của bạn bè. Dường như ông áp dụng chiêu thức "Không ăn trưa một mình", nên trong các bữa trưa của tướng Hiệu, ông tranh thủ kết nối các nhà báo, nhà văn, với sỹ quan quân đội, giới khoa học, doanh nhân, để cùng chia sẻ kinh nghiệm, cơ hội phát triển. Từ bữa trưa của tướng Hiệu, tinh hoa các giới được kết nối với nhau, chia sẻ các khả năng phát triển công việc, giải quyết các vấn đề trong cuộc sống, cùng nhau sáng tạo, hợp tác trong các dự án mới. Nhờ đó mà họ nâng nhau lên không ngừng, và tuyệt vời nhất là trở thành anh em, đồng đội, đồng chí trong cuộc đời. Ông đã truyền cho họ một bài học lớn về tình đồng đội, về sự kết nối vững bền để cùng nhau phát triển bản thân và phát triển đất nước. Tướng Hiệu đã bắc cây cầu tình nghĩa, dù vô hình, nhưng mang lại sự ấm áp tình người, và mãi mãi phát triển. Cầu ông Hiệu, cây cầu vô hình ấy được những người quen ông, và qua ông mà biết thêm bạn hữu, đối tác, đồng chí, mãi mãi khắc ghi và biết ơn ông.

15. Nơi hội tụ và lan tỏa tri thức

Kể từ khi thành lập vào năm 2010, Văn phòng Viện sỹ Nguyễn Huy Hiệu tại 162 Trấn Vũ, P. Trúc Bạch, Hà Nội đã trở thành nơi hội tụ các nhà Khoa học, quân sự; giới văn nghệ sĩ, báo chí; các nhà văn, nhà báo, các cộng tác viên tới Văn phòng gặp Thượng tướng Nguyễn Huy Hiệu, không chỉ để học hỏi kinh nghiệm sống, làm việc, để biết những thông tin mới nhất về khoa học quân sự, môi trường, mà còn để áp dụng và triển khai những dự án, công việc của mình có liên quan tới những đề tài mà tướng Hiệu chia sẻ.

Là một nhà văn, được vinh dự biết tướng Hiệu trong 10 năm qua, tôi cũng là một trong số những người thường xuyên tới Văn phòng Viện sĩ của ông. Và khi chạm đến thực tế rằng có nhiều giới từng tới đây và hưởng lợi từ những điều tướng Hiệu chia sẻ, thì tôi rất ngạc nhiên, khi tướng Hiệu bày tỏ rằng, ông thực sự muốn tri ân họ. Lý do mà tướng Hiệu muốn nói lời tri ân những nhà văn, nhà báo, các cộng tác viên thường xuyên của Văn phòng, là vì cùng với ông, họ đã triển khai những công việc, dự án sách khiến tri thức, kinh nghiệm quý báu về khoa học quân sự, văn hóa truyền thống, an ninh môi trường được lan tỏa sâu rộng trong xã hội ta, và có ảnh hưởng ra nhiều quốc gia khác.

Những nhà văn, nhà báo và cộng tác viên ấy đã đồng hành cùng tướng Hiệu trong suốt chặng đường hơn 10 năm qua, cùng hành động để lan tỏa tư tưởng của tướng Hiệu về triết lý sống, khoa học quân sự, an ninh môi trường. Những điều đó giúp ích cho cộng đồng, con người Việt Nam tự hào về truyền thống văn hóa của dân tộc mình, trau dồi và phát triển bản thân không ngừng, đóng góp cho cộng đồng, xã hội, doanh nghiệp, để xứng đáng với lịch sử hào hùng của dân tộc mà cha ông đã xây đắp, cống hiến.

Dù có rất nhiều người đồng hành trong chặng đường từ 2010 đến nay, nhưng tướng Hiệu muốn tri ân đặc biệt tới ba nhóm:

- Nhóm nhà văn gồm có: Nhà văn Lê Hải Triều, nhà văn Lê Hoài Nam, nhà văn Kiều Bích Hậu, nhà văn Khánh Phương... Các nhà văn này đều đã thực hiện những cuốn sách với nguồn tài liệu quý từ chính cuộc đời chiến đấu, nghiên cứu khoa học và hành động vì an ninh môi trường của tướng Hiệu. Nhà văn Lê Hải Triều tập trung viết sách về giai đoạn chiến đấu lừng lẫy trong chiến trường những năm 60-70 của tướng Hiệu. Còn nhà văn Lê Hoài Nam thì đặc biệt khai thác về nguồn cội, với truyền thống văn hóa, lịch sử quê hương đã xây đắp lên con người, nhân cách vị tướng tài ba. Cuốn tiểu thuyết "Bến sông tuổi thơ" của nhà văn Lê Hoài Nam viết, lấy tư liệu từ cuộc đời của tướng Hiệu, đã nhấn mạnh đến truyền thống gia đình của ông, chính là tiếp nối truyền thống văn hóa của nền văn minh sông Hồng, và tinh hoa đó đã tụ lại nơi con người ông. Cuốn sách "Bến sông tuổi thơ" ngay khi xuất bản đã được bạn đọc nồng nhiệt đón nhận, rất thành công và được tái bản, bởi sức sống mãnh liệt của nền văn hóa cha ông được nhà văn tập trung khai thác sâu sắc và phân tích tỉ mỉ. Nhà văn Lê Hoài Nam đã biết tướng Hiệu từ lâu, do họ cùng quê với nhau, nhưng mãi đến năm 1983 ông mới trực tiếp gặp tướng Hiệu ở Trạm 66. Và kể từ đó, nhà văn Lê Hoài Nam đã đồng hành chặt chẽ, khăng khít với tướng Hiệu. Nhà văn sinh ra ở vùng đồng bằng Bắc bộ, dày thực tiễn và trải nghiệm văn hóa con người vùng quê Nam Định nên sách ông viết về tướng Hiệu rất sinh động, tải được trọn vẹn đặc trưng văn hóa, miêu tả sắc sảo nhân cách vị tướng cùng quê.

- Nhóm nhà báo gồm có: Nhà báo Nguyễn Hường, nhà báo Lục Hường, nhà báo Dương Thiên Lý, nhà báo Lê Trung Đạo... Các nhà báo này đồng hành với ông hơn thập kỷ qua, viết nhiều bài báo, thực hiện nhiều phóng sự đa dạng, với góc nhìn đa chiều và ấn tượng, mang đến cho người đọc báo và người xem truyền hình những cảm nhận mạnh mẽ và sâu sắc về những cống hiến cho đất nước, về phong cách sống và ý tưởng sáng tạo của tướng Hiệu. Trong số đó, nổi bật có nhà báo Lục Hường, với phong cách làm việc tốc độ, cái nhìn sắc sảo, cô đã nhanh chóng thấy được nét nổi bật trong các hoạt động của vị tướng và thực hiện thành công cuốn sách ghi chép báo chí với tiêu đề "Vị tướng với an ninh môi trường". Khi tiếp cận đề tài này, Lục Hường đã cho độc giả thấy được tâm sức của vị tướng suốt đời suy ngẫm về bảo vệ môi trường sống, nghiên cứu khoa học giải quyết những vấn đề môi trường và an ninh môi trường, lan tỏa được ý thức sống lành mạnh, hài hòa với muôn loài của vị tướng thông thái.

- Nhóm cộng tác viên gồm có: Nguyễn Thị Thanh Hường, Phó giáo sư, Tiến sỹ Trần Nam Chuân (để viết bài), Tiến sỹ Nguyễn Đình Chiến, Nguyễn Huy Phụ, Trịnh Minh Sơn, Tiến sỹ Vũ Mạnh Cường, Lê Minh Tân, Phạm Xuân Khoa, chuyên gia Phạm Văn Sơn, Trần Đức Hợp,... Họ là những sỹ quan quân đội, những người làm truyền thông, chuyên gia môi trường, lãnh đạo doanh nghiệp,... Trong số đó, chị Nguyễn Thị Thanh Hường là người đã có công lưu trữ gần như trọn vẹn tư liệu về cuộc đời, những cống hiến của tướng Hiệu. Chị thường xuyên sưu tập, và kịp thời cung cấp cho công chúng những hoạt động mới mẻ của vị tướng, những phát ngôn hoặc ý kiến của ông, những ứng xử của ông trước mọi hiện tượng quan trọng xảy ra trong cuộc sống đương đại, giúp lan tỏa tư tưởng của vị tướng, và truyền động lực cho mọi người sống tích cực hơn, chung tay giải quyết vấn đề xã hội. Ngoài chị Thanh Hường, thì chuyên gia môi trường Phạm Văn Sơn cũng là một người đồng hành đặc biệt trong số các cộng tác viên đến với tướng Hiệu. Lãnh đạo một doanh nghiệp chuyên giải quyết vấn đề về môi trường, anh Phạm Văn Sơn khi đồng hành với tướng Hiệu, đã chắt lọc phương châm 4 tại chỗ nổi tiếng của tướng Hiệu, nghiên cứu kỹ để am hiểu sâu sắc, sau đó khai thác và ứng dụng thành công vào chiến lược tuyên truyền định hướng công chúng về phương pháp hiện đại xử lý sự cố môi trường, truyền tải thông điệp và sử dụng trong thực tiễn các dự án giải quyết vấn đề môi trường trong hiện tại và tương lai. Không những triển khai các dự án của "Trung tâm Ứng phó sự cố môi trường Việt Nam (SOS)" ở trong nước, việc áp dụng phương châm 4 tại chỗ trong giải quyết vấn đề môi trường còn được chuyên gia Phạm Văn Sơn chia sẻ với đồng nghiệp ở các quốc gia khác, đặc biệt là Nga.

- Với nơi tụ hội là Văn phòng Viện sỹ, tướng Hiệu chính là linh hồn của nơi đây, khi xung quanh ông luôn có những người đồng hành, gắn bó dài lâu, tập hợp và chia sẻ thông tin hoạt động trong những lĩnh vực chính kể trên, để hỗ trợ nhau cùng phát triển và lan tỏa những thông điệp quý báu.

16. Tình bạn vong niên giữa một vị tướng và một nhà văn

Năm 2022 là tròn 40 năm Thượng tướng Nguyễn Huy Hiệu và nhà văn Lê Hoài Nam quen biết nhau, từ tình đồng đội, kết tình anh em, tình bạn. Ở họ còn có tình đồng hương, cho nên qua 4 thập niên, sự gắn kết keo sơn đó không chỉ là ở sự trân trọng tài năng của nhau, mà còn kết tinh thành những cuốn sách quý, do nhà văn Lê Hoài Nam sáng tác, dựa trên nguồn cảm hứng từ những chiến tích lừng danh và nhân cách vị tướng cùng quê Nam Định. Thượng tướng Nguyễn Huy Hiệu quê xã Hải Long, Hải Hậu. Nhà văn Lê Hoài Nam quê thị trấn Liễu Đề, huyện Nghĩa Hưng.

Từ năm 2010, khi Thượng tướng Nguyễn Huy Hiệu là Viện sĩ Viện hàn lâm khoa học quân sự Cộng hòa liên bang Nga và có Văn phòng đặt tại Hà Nội để làm nơi nghiên cứu khoa học quân sự, tiếp đón các nhà khoa học trên thế giới và đàm đạo với bạn bè đồng nghiệp, thì dường như nhà văn Lê Hoài Nam thường xuyên gặp mặt tướng Hiệu hơn. Các buổi trưa, ông thường đến Văn phòng Viện sĩ, ăn bữa trưa thân tình với tướng Hiệu. Hai người bạn vong niên đặc biệt này dường như không có khoảng cách. Họ thường trò chuyện cởi mở, tâm sự đủ mọi chuyện mà không khách sáo. Ở họ, là sự tin tưởng nhau tuyệt đối, sự tôn trọng mọi ý tưởng, sáng tạo, cảm hứng, truyền cho nhau mọi thông tin, kiến thức mới, và truyền động lực làm việc, nghiên cứu, sáng tác cho nhau. Nhà văn Lê Hoài Nam cũng thường tập hợp một số nhà văn, nhà báo khác đến gặp gỡ tướng Hiệu, để tạo điều kiện thêm cho đồng nghiệp của mình được tiếp cận với một vị tướng tài trận mạc, để họ có thể sáng tác những tác phẩm mới dựa trên những chia sẻ của tướng Hiệu. Ngoài tập bút ký đầu tiên với nhan đề "Bến sông tuổi thơ" mà nhà văn Lê Hoài Nam viết, dựa trên tư liệu nghiên cứu về cuộc đời tướng Hiệu, thì những năm qua, nhà văn Lê Hoài Nam tiếp tục tập hợp các tác phẩm của đồng nghiệp, bạn hữu, để xuất bản thêm gần chục đầu sách khác về vị tướng.

Nhà văn Lê Hoài Nam nhớ lại, vào năm 1982, ông cùng với nhà thơ Trần Đăng Khoa được Cục Chính trị Bộ Tư lệnh Hải Quân cử về Trạm 66 của Bộ Quốc phòng tại Hà Nội để ôn thi vào Đại học. Trước đó, nhà văn Lê Hoài Nam từng học trường sĩ quan Chính trị của Bộ tư lệnh Hải quân. Tốt nghiệp ra trường, ông không được bổ nhiệm Chính trị viên mà lại được giao làm Đại đội trưởng đại đội huấn luyện những hạt nhân văn nghệ của quân chủng. Nhưng khi nhiều truyện ngắn, bút ký, phóng sự của ông đăng trên Văn nghệ, Văn nghệ quân đội, thì cấp trên quyết định cho ông đi ôn thi Đại học với định hướng sẽ vào học tại Đại học Tổng hợp khoa Văn, hoặc Đại học Sư phạm khoa Văn, hay khoa Viết văn của Đại học Văn hóa Hà Nội. Còn Nguyễn Huy Hiệu khi ấy là Đại tá Sư đoàn trưởng, cũng về Trạm 66 để chuẩn bị tu nghiệp quân sự bên Nga. Khi nhà văn Lê Hoài Nam và nhà thơ Trần Đăng Khoa lên Trạm 66 để ôn thi, thì cả hai đã nổi tiếng, nhất là trong toàn quân. Thế cho nên lẽ ra Lê Hoài Nam và Trần Đăng Khoa phải ở chung một phòng với hơn chục sỹ quan cấp úy khác, thì lại được ưu ái bố trí ở chung với các sỹ quan cấp tá, chỉ hai người chung một phòng. Thật ngẫu nhiên khi phòng ở của Trần Đăng Khoa và Lê Hoài Nam lại sát ngay phòng Đại tá Nguyễn Huy Hiệu ở Trạm 66. Khi hai ông vừa đến, bỏ ba lô khỏi vai đã nhìn thấy Nguyễn Huy Hiệu bước ra. Ông hồ hởi hỏi "Các cậu từ đâu đến vậy?" Lê Hoài Nam nhanh nhảu đáp "Chúng em do Bộ Tư lệnh Hải quân điều lên đây để ôn thi đại học anh ạ." Nguyễn Huy Hiệu mừng rỡ nói "Thế thì ở đây với anh cho vui!". Sau một hồi trò chuyện, hỏi thăm gia cảnh, nhà văn Lê Hoài Nam mới biết Nguyễn Huy Hiệu lúc ấy là Sư đoàn trưởng, từng đọc nhiều bài viết của Lê Hoài Nam trên báo chí, nên biết nhà văn cùng quê Nam Định với ông.

Suốt thời gian hơn một tháng ở Trạm 66 ôn thi, trong khi nhà thơ Trần Đăng Khoa còn bận chuyện yêu đương, thì Lê Hoài Nam quấn quýt bên Nguyễn Huy Hiệu, cùng ông đi dạo, đi chơi vào thời gian rảnh, cùng chuyện trò. Vốn bản tính cởi mở, lại ưa thích văn hóa nghệ thuật, nên Nguyễn Huy Hiệu đã chia sẻ với Lê Hoài Nam rất nhiều những kỷ niệm thời chiến đấu trong chiến trường, thời thơ ấu nơi quê nhà, với những trò vui săn chim, bắt cá,... Nhà văn Lê Hoài Nam thì không lạ gì với những kỷ niệm ấu thơ đó, vì nơi ông sinh ra chỉ cách nhà tướng Hiệu ở quê có 13km, và ông cũng từng chơi, từng nghịch ngợm những trò như vậy. Chính nhờ vào những câu chuyện sinh động được nghe trực tiếp từ vị anh hùng trong lúc thoải mái nhất, mà nhà văn Lê Hoài Nam đã khắc sâu tâm trí, để sau này dựng thành cuốn bút ký thật ấn tượng "Bến sông tuổi thơ". Có lẽ, chỉ có nhà văn Lê Hoài Nam, bằng sự thấu hiểu sâu sắc mảnh đất, con người, văn hóa quê hương mình, mới có thể đồng cảm, trân trọng với tình yêu lớn lao, để dồn hết tâm huyết vào cuốn bút ký, thể hiện chân dung một vị tướng quê hương mình thật đậm nét, cuốn hút và có chiều sâu đến thế.

Cuốn bút ký "Bến sông tuổi thơ" ngay khi ra mắt năm 2008 đã lập tức được bạn đọc lùng tìm, bán hết veo. Cuốn sách ngay sau đó đã được tái bản với số lượng 2000 cuốn, và tiếp tục tạo dấu ấn, được tìm đọc bởi các lứa bạn đọc khác nhau. Sự thành công của cuốn sách, chỉ có thể giải thích bằng nguyên nhân, là khi một vị tướng anh hùng, với cốt cách văn hóa truyền thống thấm đẫm, vừa cao vời nhưng lại vừa gần gũi với người dân, khiến cho bất cứ người dân bình thường nào cũng tò mò, cũng muốn tìm hiểu về điều gì đã khiến một người con quê hương Nam Định bình dị, giống như biết bao trai trẻ khác sinh ra từ thôn quê, lại có thể chiến đấu mưu trí, anh dũng, lãnh đạo đội quân quyết chiến quyết thắng vụt tỏa sáng thành người anh hùng, góp phần giải phóng đất nước, quê hương.

Kể từ thời gặp nhau ở Trạm 66 đó, nhà văn Lê Hoài Nam và Thượng tướng Nguyễn Huy Hiệu tiếp tục gắn bó với nhau dù cả hai đều có những dịch chuyển khác nhau trong sự nghiệp. Sau khi học Trường Viết văn Nguyễn Du (nằm trong Đại học Văn hóa), nhà văn Lê Hoài Nam trở về Bộ Tư lệnh Hải quân. Đến năm 1987 khi Nguyễn Huy Hiệu được điều động trở lại Quân đoàn 1, thì Lê Hoài Nam chuyển ngành về Hội Văn học Nghệ thuật tỉnh Hà Nam Ninh. Ở đây, ông từ vị trí Thư ký tòa soạn tạp chí Văn nghệ Hà Nam Ninh, đã trở thành Phó Chủ tịch Hội Văn học Nghệ thuật tỉnh Hà Nam Ninh kiêm Tổng Biên tập tạp chí Văn Nhân của hội. Một lần, nhân cuộc họp ở Tỉnh ủy, nhà văn đã gặp lại Nguyễn Huy Hiệu, lúc này đã là Thiếu tướng, Tư lệnh Quân đoàn 1. Hai người bạn gặp nhau tay bắt mặt mừng. Tướng Hiệu mời nhà văn Lê Hoài Nam cùng anh chị em trong Ban Biên tập Tạp chí và Lãnh đạo Hội về thăm Quân đoàn 1. Ngay sau đó, nhà văn đã họp Ban Biên tập và tổ chức chuyến đi thăm tướng Hiệu tại Quân đoàn 1. Anh em ai nấy đều hồ hởi vì sẽ được tiếp xúc với một vị tướng đồng hương, có thành tích đáng ngưỡng mộ và nhân cách đáng nể trọng. Đoàn gồm 7 người, trong đó có nhà văn Lê Hoài Nam, nhà thơ Phạm Trọng Thanh, một số nhà báo và họa sỹ, đi trên chiếc xe con mà tỉnh cấp cho Hội VHNT vào thăm Quân đoàn 1.

Khi vào đến Quân đoàn 1, trái với ý nghĩ về một nơi quân sự bí mật và trang nghiêm, khó có thể tiếp cận, thì anh em như mở cờ trong bụng khi được tướng Hiệu đón tiếp vui vẻ. Ông nói "Ở đây anh em cứ tự do tìm hiểu, vui vẻ là chính!" Ông còn cử một đồng chí chính trị viên dẫn đoàn nhà văn, nhà báo đi thăm hết các nơi trong quân đoàn, vừa đi vừa giới thiệu tỉ mỉ, kỹ càng và cuốn hút hơn cả một hướng dẫn viên du lịch. Chuyến đi ấn tượng và sâu sắc khiến cho đoàn về rất cảm động, anh em viết được những bài báo, thơ, bút ký thật ý nghĩa về Quân đoàn, thậm chí chị họa sỹ còn vẽ được những bức tranh rất đẹp lấy cảm hứng từ chuyến đi và vị tướng quê Nam Định. Khi cuốn tạp chí số đặc biệt với phần lớn nội dung về vị tướng và Quân đoàn 1 phát hành, Ban biên tập tạp chí đã gửi 300 cuốn báo tới Quân đoàn để kịp phát tạp chí tới tay các sỹ quan, chiến sỹ cùng đọc. Đích thân tướng Hiệu cũng đã về tận tòa soạn Tạp chí cảm ơn Ban biên tập. Tình cảm và sự hiểu biết lẫn nhau giữa vị tướng và nhà văn càng sâu nặng.

Năm 2009, nhà văn Lê Hoài Nam chuyển lên sống và làm việc tại Hà Nội. Nguyễn Huy Hiệu lúc này đã mang quân hàm Thượng tướng, Thứ trưởng Bộ Quốc phòng và hai ông có thời gian bên nhau nhiều hơn. Trong nhiều chuyến tướng Hiệu đi thăm đồng đội, đi làm việc, hoặc tri ân báo đáp bà con, gia đình liệt sỹ, đều có nhà văn Lê Hoài Nam đi cùng, ghi lại những sự kiện đó, viết thành những bài báo, bài ký mới. Nhà văn nhận xét: "Tướng Hiệu là người quân sự, nhưng có tâm hồn giàu chất văn hóa, chất thơ, gần gũi với anh em văn nghệ sỹ. Ông không xa cách, không kênh kiệu, mà sống chan hòa, dễ cảm thông với anh em lính tráng. Ông cũng có cách tư duy, quan điểm nhìn cuộc sống rất nhân hậu, tràn đầy yêu thương và luôn mang tính xây dựng. Ông gắn kết mọi người với nhau, trên tinh thần đoàn kết, chân thành, vận dụng phương châm sống vui, khỏe, sống có ích cho đời, giúp cho mọi người cùng phát triển. Tinh thần sống đó của ông luôn được lan tỏa, tạo động lực cho anh chị em. Những bài báo, bút ký về ông, đặc biệt là những cuốn sách viết về ông, luôn được mọi người tìm đọc, vì đó là những bài học sống động nhất về một tấm gương từ cậu bé thôn quê nghèo, trở thành người anh hùng, thành nhà khoa học quân sự có những đóng góp giá trị trong sự nghiệp giải phóng đất nước, chữa lành vết thương chiến tranh và bảo vệ môi trường sống an lành cho giống nòi."

"Đi với anh Hiệu, tôi được trang bị thêm những vốn sống quý giá, không chỉ trong chiến trận, mà trong thời bình. Tôi thấy mình được rất nhiều từ anh Hiệu. Và tôi muốn chia sẻ cái được ấy, nhân rộng ra thêm cho nhiều người, bằng việc xuất bản những cuốn sách về anh Hiệu" – Nhà văn Lê Hoài Nam kết lại.

Quả vậy, trong mùa xuân 2022 này, nhà văn Lê Hoài Nam đã tập hợp hơn 40 nhà văn, nhà báo với tác phẩm viết về tướng Hiệu, người bạn vong niên của ông, để xuất bản bộ sách đồ sộ dày hơn 500 trang về vị tướng, tiếp tục truyền lửa sống tích cực, sống hữu ích cho cộng đồng.

17. Hãy tôn tạo sông Hồng xứng với lịch sử, địa thế, tiềm năng

Tôi gặp Thượng tướng Nguyễn Huy Hiệu nhiều lần, thấy ông hay nhắc đến việc tôn tạo hai bên bờ sông Hồng cho xứng đáng với lịch sử, địa thế, tiềm năng của con sông chảy qua Thủ đô ngàn năm văn hiến. Và vào những ngày giữa mùa hè 2022, khi đang có sự kiện Họp Quốc hội, tôi thấy tướng Hiệu có vẻ suy tư nhiều hơn. Ông nói: "Qua mấy nhiệm kỳ lãnh đạo Hà Nội gần đây, thấy nói nhiều mà chưa ai làm nổi việc này. Tôi cũng như nhân dân cả nước mong mỏi sông Hồng của chúng ta cần được tôn tạo, xứng đáng sánh ngang với dòng Volga của Nga, sông Seine của Pháp, hay Thames của Anh, sông Nile của Ai Cập, sông Danube của Hungary…"

Trong cuộc trò chuyện mới đây giữa chúng tôi, tướng Hiệu chia sẻ kỹ càng hơn về những băn khoăn và ý tưởng của ông trong việc tôn tạo sông Hồng.

Ông cho biết, Hà Nội thủ đô của Việt Nam có lịch sử ngàn năm văn hiến, là thành phố hòa bình, nơi được nhiều người biết đến và khách du lịch muôn phương đổ về thăm, tìm hiểu, thưởng ngoạn, nhất là sau sự kiện Hà Nội – ngàn năm Thăng Long. Biết bao triều đại trong quá khứ đã làm nên lịch sử của Thăng Long – Hà Nội. Thì nay, trong thời kỳ hội nhập và đổi mới, các vị lãnh đạo Hà Nội, cùng người dân thủ đô cần có chiến lược, kế hoạch, dự án và hành động để kè hai bên bờ sông Hồng, xây dựng các công trình kiến trúc, văn hóa, lịch sử, du lịch xứng với Hà Nội, nơi hội tụ tinh hoa văn hóa, lịch sử, tâm linh cả nước.

Khi còn làm công tác đối ngoại quốc phòng Việt Nam, tướng Hiệu từng đi tới nhiều nước trong các chuyến công du. Ông đặc biệt thích thú khi đi thăm những con sông chảy qua thủ đô của các nước bằng du thuyền, hoặc tàu thủy. Đó là các con sông Nile của Ai Cập, sông Volga (Nga), sông Vltava (Czech), sông Danube (Hungary), sông Thames (Anh), sông Hằng (Ấn Độ)… Ông xiết bao kinh ngạc khi thấy các nước tiên tiến này đã quy hoạch và xây dựng các công trình hai bên sông rất kỳ vĩ, đặc biệt nếu có bãi bồi giữa sông, họ cũng xây thành những khách sạn sang trọng, quyến rũ. Như dòng Volga của Nga chẳng hạn, nhiều thế hệ đã ghi dấu ấn lịch sử bằng những tòa nhà khách sạn, bảo tàng, nhà hát, khu văn hóa công cộng,… công trình cũ đan xen công trình mới rất hợp lý và vô cùng giàu có về chứng tích cùng các di sản, khách du lịch có đi thăm quan cả năm dọc hai bên sông cũng không hết các công trình ấy. Các công trình du lịch, xen lẫn dân sinh rất tuyệt vời, hài hòa và đảm bảo môi sinh bền vững, mọi người dân luôn ý thức bảo vệ dòng sông xanh, như bảo vệ nguồn sống, mạch máu của chính mình vậy. Tới dòng sông Seine tại Paris (Pháp), tướng Hiệu thấy mỗi cây cầu bắc qua sông đều mang dấu ấn văn hóa, nghệ thuật rất riêng, rất ấn tượng. Như vậy, cây cầu không chỉ là hạ tầng giao thông, mà còn là một tác phẩm nghệ thuật nhân sinh, xứng cho bao đời hưởng thụ và tụng ca. Ở một khách sạn ven sông này, mỗi sáng, khi mở cửa sổ ra, có thể mơ mộng ngắm dòng sông chảy miên man mà thấy cuộc sống thật đẹp đẽ biết bao nhiêu, hoặc cũng có thể ngồi uống cà phê trên bong du thuyền, trôi nhẹ theo dòng mà thả ánh mắt thán phục biết bao công trình diễm lệ soi bóng xuống mặt nước long lanh. Mỗi công trình ven sông được xây dựng kỳ công, dồn biết bao trí tuệ và tình yêu đất nước, đều xứng là niềm tự hào của người dân thủ đô cũng như cả nước.

Tướng Hiệu nhắc lại lời Bác Hồ: "Đến ngày thắng lợi, chúng ta sẽ xây dựng đất nước Việt Nam đàng hoàng hơn, to đẹp hơn, xứng danh với các cường quốc năm châu". Chúng ta giải phóng đất nước đã hơn bốn mươi năm rồi, vậy mà dòng sông Hồng chảy qua thủ đô Hà Nội vẫn chưa được tôn tạo cho xứng tầm vóc, xứng với địa thế và lịch sử con sông. Lời Bác Hồ dặn dò vẫn còn đấy, còn trong tâm khảm của bao người Việt. Nếu không thực hiện được việc tôn tạo sông Hồng, thì việc thực hiện lời Bác dặn còn chưa trọn vẹn. Nếu các vị lãnh đạo Hà Nội thời kỳ hội nhập và đổi mới mà còn chưa làm được điều đó, thì phải có trách nhiệm với nhân dân, đất nước, với lịch sử. "Mục tiêu tôn tạo dòng sông Hồng đã đưa ra, Nghị quyết cũng đã có, nhiều hội thảo khoa học đề tài này cũng được tổ chức rồi, trong các sự kiện Ngàn năm văn hiến cũng đã nêu, nhưng cho đến bây giờ, thì dường như việc vẫn chưa được chạm đến." – Tướng Hiệu nhận định.

Ông nói thêm: "Thời Chủ tịch Hà Nội – Bác sĩ Trần Duy Hưng đã từng làm rạng danh cho Hà Nội. Qua các thời Chủ tịch Hà Nội, ai thực hiện được việc tốt nào, lịch sử sẽ phán quyết. Cần phải có người có trách nhiệm, đứng mũi chịu sào, báo cáo Quốc hội, Chính Phủ, Trung ương Đảng, tập trung lực lượng để thực hiện mơ ước của nhiều thế hệ người Việt Nam chúng ta, đó là tôn tạo hai bên bờ sông Hồng, xây dựng những công trình văn hóa, lịch sử, du lịch, giải trí đậm đà truyền thống Việt Nam, giàu chất trí tuệ và sáng tạo Việt Nam. Dẫu cho vấn đề quy hoạch, giải tỏa rất khó, nhưng vẫn phải làm, nhiệm kỳ này chưa làm xong thì nhiệm kỳ sau tiếp nối, không thể cứ để nguyên hiện trạng như bây giờ, chẳng có nổi một bước tiến nào. Hãy phân khúc ra để làm, ví dụ nhiệm kỳ này sẽ thực hiện giai đoạn 1, nhiệm kỳ tiếp theo thực hiện giai đoạn 2,... Có thể phải qua 3 nhiệm kỳ mới giải quyết xong. Và công trình này có thể do Nhà nước đầu tư, hoặc xã hội hóa, thậm chí để các tổ chức quốc tế cùng bắt tay xây dựng..."

Quả vậy, các nước tiên tiến đã đi trước chúng ta, tạo nên cảnh quan đẹp hai bên dòng sông chảy qua thủ đô đất nước họ, biến dòng sông thành một kỳ quan du lịch, văn hóa thu được lợi ích lớn, có ảnh hưởng lớn. Tướng Hiệu hy vọng rằng người Hà Nội nói riêng và người Việt Nam chúng ta nói chung, vốn giàu ý chí, bền gan, và cũng biết tiếp thu một cách sáng tạo, sẽ bằng trí tuệ Việt Nam để chung tay xây dựng, đưa dòng sông Hồng chuyển mình lên một tầm vóc mới, xứng là kho báu vô tận, là niềm tự hào của người Việt Nam.

18. Lịch sử không chỉ là quá khứ

Cuốn sách ảnh mang tên "Những khoảnh khắc của thời gian" do NXB Quân đội Nhân dân ấn hành (2022) là kết quả từ sự dày công sưu tầm và hồi tưởng của Thượng tướng, Viện sĩ, Tiến sĩ, Anh hùng Lực lượng vũ trang nhân dân Nguyễn Huy Hiệu.

200 trang được trình bày trang trọng, tỉ mỉ chính là "cuốn album" rực rỡ về cuộc đời của ông, về ân tình với quê hương, với đất nước, Quân đội, gia đình, đồng đội và bạn bè quốc tế.

Những bức ảnh trong cuốn sách được lựa chọn trong hơn 17.000 ảnh tư liệu của Thượng tướng Nguyễn Huy Hiệu. Trong đó có những hình ảnh quý giá về những ngày tháng 4 lịch sử, đó là khoảng thời gian vào chiều ngày 29-4-1975, trên cương vị Trung đoàn trưởng Trung đoàn 27, cùng với Chính ủy Trịnh Văn Thư, Thượng tướng Nguyễn Huy Hiệu đã có cuộc gặp lịch sử với má Sáu Ngẫu (Huỳnh Thị Sáu).

Người có duyên với sách

Tham gia cuộc kháng chiến chống Mỹ lúc 18 tuổi, Nguyễn Huy Hiệu trực tiếp có mặt tại cuộc Tổng tiến công và nổi dậy Xuân Mậu Thân (năm 1968), Chiến dịch Đường 9 – Nam Lào (năm 1971), Chiến dịch Quảng Trị (năm 1972) và Chiến dịch Hồ Chí Minh (năm 1775).

Tháng 12 năm 1973, ông được Mặt trận Dân tộc giải phóng miền Nam Việt Nam tuyên dương Anh hùng quân Giải phóng Miền Nam Việt Nam vì có thành tích đặc biệt xuất sắc trong cuộc kháng chiến chống Mỹ, cứu nước.

Dù ở cương vị công tác nào, Thượng tướng Nguyễn Huy Hiệu luôn có những đóng góp cho xây dựng Quân đội cách mạng, chính quy, tinh nhuệ, từng bước hiện đại. Dù là công tác hay nghỉ hưu, ông cũng luôn hướng về quê hương, về đồng đội từng sát cánh bên mình. Với ông, làm sách cũng là để hướng về những điều cao quý đó.

Trước khi ra mắt cuốn sách ảnh "Những khoảnh khắc của thời gian", Thượng tướng Nguyễn Huy Hiệu đã nổi tiếng trên văn đàn khi xuất bản nhiều cuốn sách do ông trực tiếp biên soạn và các nhà văn, nhà báo viết về ông, tiêu biểu phải kể đến: *Một thời Quảng Trị, Vị tướng 9 năm ở nhà con rồng, Vị tướng với an ninh môi trường, Ngọn đèn trong bão lửa, Vận dụng phương châm bốn tại chỗ trong phòng, chống thiên tai, Ký ức tháng Tư năm 1975 và những điều suy ngẫm, Một số vấn đề nghệ thuật quân sự trong chiến tranh bảo vệ Tổ Quốc, Quân đội với vấn đề giải quyết hậu quả sau chiến tranh, Một số vấn đề về công tác đối ngoại quốc phòng,...*

Có lần, Thượng tướng Nguyễn Huy Hiệu chia sẻ, nếu không đánh giặc, ông sẽ trở thành nhà giáo. Thế nên mới có chuyện đeo ba lô lên đường đi đánh giặc, người **chiến sĩ trẻ Nguyễn Huy Hiệu** vẫn mang sách đi học, nuôi ước mơ sau này hết chiến tranh sẽ trở thành nhà giáo.

Sau này, khi theo đuổi binh nghiệp, tướng Hiệu lại tập trung đọc sách, nghiên cứu tài liệu lịch sử ông cha ta đánh giặc. Điều đó rất hữu ích cho tư duy quân sự của ông. Do định hướng phấn đấu vị trí chỉ huy trong quân đội từ cấp thấp đến cấp cao, nên ông còn nghiên cứu lịch sử chiến tranh thế giới, và tướng Hiệu đã tiếp cận được cuốn sách quý "Suy nghĩ và nhớ lại" của G.K Giu-cốp (một vị tướng tài của nước Nga).

Bên cạnh đó, ông cũng được chiến đấu và công tác dưới sự chỉ huy của những người thầy và cấp trên tài giỏi, uyên bác, có kiến thức cao về quân sự, cũng như kinh nghiệm quý, nên ông tiếp thu được kho tàng kiến thức vô giá từ họ. Những kiến thức này được ông cần mẫn tích lũy, suy tư thêm để sau này viết thành những cuốn sách khoa học quân sự.

Những độc giả đã từng xem sách của Thượng tướng Nguyễn Huy Hiệu có thể dễ dàng nhận ra, dù là hồi ký hay công trình khoa học nghệ thuật quân sự thì những tác phẩm của ông đều nêu bật phẩm chất tư duy, tình cảm, ý chí đối với đồng đội và nhiệm vụ của người lính, người chỉ huy trong thời chiến cũng như thời bình. Bên cạnh đó, sách của Thượng tướng Nguyễn Huy Hiệu luôn thể hiện rõ 3 thông điệp lớn mà ông muốn truyền tải tới tất cả mọi người. Đó là thông điệp về hòa bình, thông điệp bảo vệ môi trường và thông điệp về tình yêu thương giữa con người với con người.

Đặc biệt, ông đã có những năm chiến đấu tại Quảng Trị, mảnh đất vô cùng ác liệt mà sau này được thể hiện trong cuốn "Một thời Quảng Trị" khá chi tiết. Cuốn sách ảnh "Những khoảnh khắc của thời gian" có những hình ảnh quý giá về những năm tháng hào hùng đó, được biên tập và trình bày một cách khoa học và logic.

Như sinh ra để nghiên cứu khoa học quân sự, Thượng tướng Nguyễn Huy Hiệu luôn tìm tòi và phát hiện cái mới, kế thừa và phát huy kiến thức bằng trí tuệ, sáng tạo, đổi mới của mình phù hợp với từng giai đoạn lịch sử. Linh hoạt - chủ động - sáng tạo là chủ trương của ông trong nghiên cứu khoa học, và điều đó được thể hiện rất rõ nét trong những cuốn sách của ông.

Kho báu kiến thức đa dạng

Tại sao ký ức lại quý giá đến thế? Câu trả lời chỉ có thể là lịch sử là thứ không thể thay đổi. Lịch sử là di sản của quá khứ trong hiện tại. Hiểu được mối liên hệ giữa quá khứ và hiện tại là điều cơ bản để tiếp tục định hướng tương lai.

Trong một bài viết về Thượng tướng Nguyễn Huy Hiệu, nhà văn Kiều Bích Hậu nhận định, một điểm sáng độc đáo trong cuộc đời ông, đó là trong từng giai đoạn cuộc đời, trong từng mảnh hoạt động đa dạng, ông đều có sách để lại, và đó là "một kho báu kiến thức đa dạng" được truyền đạt một cách giản dị, dễ hiểu qua lẽ sống ông trải nghiệm, đúc rút được.

Ra mắt cuốn sách ảnh "Những khoảnh khắc của thời gian", một lần nữa Thượng tướng Nguyễn Huy Hiệu lại cho độc giả thấy lịch sử luôn là dòng chảy mãi mãi, không bao giờ ngừng nghỉ, nối quá khứ với hiện tại và tương lai. Cuộc đời là những khoảnh khắc đáng nhớ, là thước phim sống động và quý giá.

19. Tri ân đồng đội - Hành trình tôn vinh ký ức vàng

Đã thành thông lệ, hàng năm, vào dịp Kỷ niệm ngày Giải phóng miền Nam 30/4 và Kỷ niệm ngày thương binh liệt sỹ 27/7 là Thượng tướng Nguyễn Huy Hiệu cùng phu nhân Lại Thị Xuân thực hiện chuyến hành trình tri ân đồng đội. Chuyến đi thường kéo dài một đến hai tuần, từ Hà Nội vào đến Quảng Trị, Đà Nẵng, Huế, Tp. Hồ Chí Minh, với biết bao kỷ niệm, ký ức sinh tử cùng đồng đội của ông được ôn lại. Khi vào Lái Thiêu (Bình Dương), ông thường ghé thăm Bà má miền Nam, người đã tặng ông tấm bản đồ năm ấy, giúp ông hành quân kịp thời vào giải phóng Sài Gòn.

Hành trình tri ân đồng đội năm 2023 của Thượng tướng Nguyễn Huy Hiệu có những ấn tượng hết sức đặc biệt. Hàng năm, chị Đỗ Thị Hoa - một nữ doanh nhân ở tỉnh Vĩnh Phúc đều tài trợ 300 suất quà (mỗi suất trị giá 500.000đ) tặng các gia đình chính sách tại Quảng Trị. Bộ Quốc phòng với công tác đảm bảo đã chuẩn bị một xe ô tô quân đội, cùng một vị Đại tá và một lái xe và tham gia hành trình tri ân đầy ý nghĩa này với tướng Hiệu và phu nhân. Chị Hoa, nữ doanh nhân cùng một số cán bộ công ty của chị cũng tham gia đoàn tri ân đồng đội cùng tướng Hiệu.

Nghệ An là điểm dừng chân đầu tiên với hoạt động tri ân đầu tiên của đoàn. Tướng Hiệu cùng phu nhân đến thăm các gia đình, đối tượng chính sách thuộc quân đoàn 1 và một số cán bộ đã nghỉ hưu ở Nghệ An. Tại đây, tướng Hiệu gặp lại một số đồng đội xưa, tặng quà và cùng ôn lại ký ức thời chiến tranh ác liệt. Họ, những chiến sĩ trẻ măng tuổi mười tám, đôi mươi ôm súng lao lên lửa đạn, chiến đấu để giành lại mảnh đất quê hương, giành lại nền độc lập, tự do và hòa bình cho nhân dân, và nay họ đã lên các bậc ông bà, thì câu chuyện họ sẻ chia ấy, thành những bài học quý giá cho thế hệ con, cháu của họ trong thời hòa bình, phấn đấu dựng xây kinh tế đất nước, phát triển mạnh đời sống nhân dân. Những ký ức vàng của các vị tướng lĩnh, chiến sĩ thời ấy, trở thành tấm gương, thành động lực cho thế hệ sau tiếp nối.

Sau hai ngày dừng chân tại Nghệ An, đoàn của tướng Hiệu tiếp tục hành trình, vào đến quê hương Đại tướng Võ Nguyên Giáp ở Lệ Thủy (Quảng Bình). Tướng Hiệu tặng Bộ chỉ huy quân sự tỉnh Quảng Bình cuốn sách ảnh "Những khoảnh khắc của thời gian" với một số tấm ảnh chụp cùng Đại tướng trong thời kỳ những năm 1980 – 2010. Ôn lại kỷ niệm với Đại tướng, cũng là những bài học thực tế về kinh nghiệm xương máu nơi chiến trường, là những chiêm nghiệm sâu sắc trong ứng phó với những thách thức thời bình khi xây dựng kinh tế. Tại đây, tướng Hiệu đã đi thăm một số đối tượng chính sách thuộc Bộ chỉ huy quân sự tỉnh.

Sau Quảng Bình, tướng Hiệu đi vào đất lửa Quảng Trị, thăm Đông Trường Sơn và tri ân đồng đội. Từ nơi này, đoàn lại xuyên sang đất Lào, viếng các liệt sĩ trong nghĩa trang Việt – Lào, và đến Bản Đông, tặng sách ảnh cho các cựu chiến binh và Bảo tàng Bản Đông. Cuốn sách ảnh "Những khoảnh khắc của thời gian" dày hơn 300 trang, là kho tư liệu ảnh quý giá, trong đó có những bức ảnh chụp tướng Hiệu cầm quân chiến đấu thời kỳ ông tham gia chiến dịch đường 9 Nam Lào. Cho nên, bảo tàng tại nơi đây đã đón nhận cuốn sách với tấm lòng trân trọng, là nguồn tư liệu vô cùng cần thiết cho cán bộ, nhân dân và các nhà nghiên cứu tham khảo.

Ngày 26/7, đoàn trở lại Quảng Trị, tiếp tục hành trình tri ân, theo lịch trình của tỉnh Quảng Trị sắp xếp. Sáng ngày 27/7, đoàn đi thăm Trung đoàn 27 anh hùng, gặp 150 cựu chiến binh đại diện cho chiến binh cả nước và làm Lễ tri ân tại Khu lưu niệm của Trung đoàn. Khu lưu niệm Trung đoàn 27 là nơi tri ân 2500 liệt sĩ của Trung đoàn, mà tướng Hiệu từng là Trung đoàn trưởng. Trong Khu lưu niệm có một đền thờ, một đài tưởng niệm với 14 văn bia khắc đủ tên 2500 liệt sĩ. Lần này, tướng Hiệu được đại diện trao danh hiệu Kỷ lục quốc gia cho một khu lưu niệm cấp trung đoàn tới Ban quản lý Khu lưu niệm Trung đoàn 27. Được biết, tướng Hiệu đã cùng với Ban liên lạc Trung đoàn 27 B5, Quảng Trị kêu gọi được 15 tỷ đồng trong 3 năm (từ 2016 tới 2018) để xây dựng Khu lưu niệm này. Hiện nay, Khu lưu niệm đang mở rộng xây dựng với tháp chuông và một số hạng mục khác. Trong buổi lễ tri ân, tướng Hiệu đã tặng 300 suất quà tới các gia đình chính sách nơi đây.

Tới huyện nghèo nhất tỉnh Quảng Trị, huyện Đakrông, tướng Hiệu tới thăm các gia đình bà con Vân Kiều, động viên và tặng quà. Đây là lần đầu tiên tướng Hiệu cùng phu nhân đến được với bà con Vân Kiều ở Đakrông, trải nghiệm thực tế, thông cảm với hoàn cảnh sống còn nhiều khó khăn của người dân một trong 7 huyện nghèo nhất cả nước. Sau khi thăm bà con Vân Kiều, đoàn đi tiếp tới làng Gia Bình (thuộc huyện Gio Linh, Quảng Trị), thăm và tặng 50 suất quà tới các gia đình nghèo nơi đây. Những gia đình nghèo thuộc hộ chính sách Gia Bình rất cảm kích trước sự ân tình của một vị tướng, trong chiến tranh đã xả thân chiến đấu, trong thời bình, không quản ngại tuổi cao (tướng Hiệu vào năm 2023 đã 77 tuổi), trong người có bệnh do ảnh hưởng chất độc thời chiến tranh, không quản ngại đường xa, vẫn dấn thân đi tới những nơi nghèo nhất nước để tặng quà, động viên bà con vượt khó.

Tới điểm cao 31 tại Gio Mỹ, nơi tướng Hiệu từng vận động quyên góp xây đền thờ đồng đội đã hy sinh, ông cũng tặng thêm 50 suất quà nữa tới các gia đình chính sách. Từ nơi đây, ông cùng phu nhân và các vị cựu binh đã tới chùa Gio An, tặng sách ảnh. Ngôi chùa tại Gio An này cũng do tướng Hiệu đứng ra kêu gọi nhân dân quyên góp được 6 tỷ đồng để xây dựng, đích thân ông cũng trồng một cây sala tại chùa, hiện cây rất xanh tốt, vươn rộng cành lá, tỏa bóng mát xung quanh, cho những mùa hoa phước lành. Các vị sư tại chùa đã cùng tướng Hiệu làm lễ cầu an cho các liệt sĩ Gio An.

Một điều bất ngờ đã xảy ra đêm 27/7. Các vị lãnh đạo tỉnh Quảng Trị đã tổ chức một buổi sinh nhật tướng Hiệu ngay tại vùng đất lửa. Tướng Hiệu thường chẳng bao giờ tổ chức lễ sinh nhật cho chính mình, bởi ông thường vắng nhà đi tri ân đồng đội vào ngày sinh. Ông thực sự cảm động khi giây phút màn hình hiện lên ngày sinh nhật ông, 27/7 và lời chúc mừng sinh nhật. Ông lại vui vẻ tặng sách cho mọi người, trong lúc tất cả các cựu binh, cán bộ, sĩ quan và đồng đội của ông vui mừng hát những bài hát ý nghĩa để tặng ông vào ngày đặc biệt.

Ngày hôm sau, vào 28/7 tướng Hiệu cùng đoàn lại lên đường vào Huế thăm các gia đình chính sách, và thăm bảo tàng Nguyễn Chí Thanh. Ông cũng bất ngờ được mời tới thăm một bảo tàng mỹ thuật của người Pháp xây dựng tại Huế. Ông lưu lại tại Duy Tân ba ngày, sau đó vào Đà Nẵng dâng hương Trung tướng Phạm Minh Tâm, nguyên Trung đoàn trưởng Trung đoàn 27. Tướng Hiệu vui mừng được gặp lại những vị tướng lĩnh cấp cao gồm Thượng tướng Chiêm, Trung tướng Thu, Thiếu tướng Nhơn… Họ ôn lại cùng nhau biết bao ký ức lẫy lừng và những mất mát đau đớn. Dẫu sao, thì thời thanh xuân ấy vẫn đẹp lắm, dưới mưa bom lửa đạn, để tôi rèn một thế hệ vàng, không chỉ anh dũng chiến đấu và chiến thắng, giành lại độc lập, tự do cho đất nước, mà còn góp công sức bền bỉ xây dựng một Việt Nam tươi đẹp hôm nay…

Trước đó, tướng Hiệu cũng đã tới tặng sách gia đình các vị tướng lĩnh tại Hà Nội, trong đó có: Gia đình đại tướng Võ Nguyên Giáp, Văn Tiến Dũng, Lê Đức Anh, Đoàn Khuê, Lê Trọng Tấn… và tặng sách ảnh "Những khoảnh khắc của thời gian" tới các gia đình. Sách ảnh tư liệu này cũng được ông mang đến tặng nhiều thư viện quân đội thuộc các quân khu, quân binh chủng, quân đoàn, các binh chủng, tổng cục, viện, các nhà trường, thư viện tại Hà Nội và Tp. Hồ Chí Minh, tặng các cựu chiến binh… Đặc biệt, sách ảnh tư liệu còn được tướng Hiệu trân trọng gửi tặng lính đảo Trường Sa và Vùng 4 Hải quân.

Hành trình tri ân mỗi năm vào dịp 30/4 và 27/7 của tướng Hiệu, trở thành một biểu tượng, một hành động văn hóa để lớp lớp con cháu hướng theo, học tập, rèn luyện thói quen biết ơn trước mỗi điều mà cha ông đã dựng xây, trước mỗi thành quả của hòa bình đem lại. Mỗi dấu chân ông đi, để lại nguồn sáng vàng lấp lánh, soi rọi tâm ý của chúng ta.

20. Thượng tướng Nguyễn Huy Hiệu và một nhiệm vụ với Bác Hồ

Trong ký ức của Thượng tướng – Viện sĩ Nguyễn Huy Hiệu, những hình ảnh về Chủ tịch Hồ Chí Minh - người cha già của dân tộc Việt Nam, không chỉ là những trang sử hào hùng mà còn là những dấu ấn tình cảm sâu đậm.

Đặc biệt, mùa xuân năm 1996 đã để lại trong lòng ông những kỷ niệm khó quên. Khi đó, giữ chức vụ Phó Tổng Tham mưu trưởng quân đội nhân dân Việt Nam, ông Hiệu đã được phân công vào Ban chỉ đạo Bộ Tư lệnh lăng Hồ Chủ tịch, cùng Bộ trưởng Bộ Y tế Đỗ Nguyên Phương và các nhà khoa học Nga trong công tác bảo quản thi hài của Bác Hồ.

Đây là công việc không chỉ cần sự cẩn trọng tuyệt đối mà còn cần sự cẩn mật cao. Những nhà khoa học Nga, với công nghệ tiên tiến và kinh nghiệm quý báu, đã chuyển giao công nghệ ướp thi hài cho Việt Nam. Tướng Hiệu, cùng với tập thể các nhà khoa học quân sự Việt Nam, đã tiếp nhận công nghệ này. Họ cũng được huấn luyện trực tiếp bởi các chuyên gia Nga, đảm bảo rằng thi hài của Bác Hồ có thể được bảo quản trong trạng thái tốt nhất, thậm chí trong cả ngàn năm.

Ngoài ra, trong thời gian này, tướng Hiệu còn được phân công tham gia Ban chỉ đạo thực hiện nhiệm vụ xử lý việc thay cỏ sân Ba Đình - một phần công trình quan trọng của Bộ Quốc Phòng trong việc bảo đảm hệ sinh thái lăng Hồ Chủ tịch. Loại cỏ tốt nhất từ Nhật Bản đã được đưa về Việt Nam để trồng tại sân Ba Đình, không chỉ tạo nên một không gian xanh mát mà còn thể hiện sự tôn trọng tối đa dành cho Bác Hồ.

Tiếp theo, tướng Hiệu cũng chịu trách nhiệm trong việc xây dựng, cải tạo và bảo tồn khu K9 Đá Chông - nơi Bác Hồ từng sơ tán, biến nó thành khu du lịch mang đầy ý nghĩa lịch sử. Trong dự án này, ông đã cùng ông Bảy Dũng đưa 2 cây bồ đề từ Ấn Độ về Việt Nam, trồng ở K9. Hai cây này hiện nay phát triển rất tốt, tỏa bóng mát trong khuôn viên.

Những ký ức về Bác Hồ của tướng Hiệu không chỉ dừng lại ở những công việc chính thức. Mỗi dịp Xuân về, những ký ức ấy lại trỗi dậy trong ông, như một nguồn cảm hứng bất tận và niềm tự hào dân tộc. Ông luôn nhớ về sự quan tâm, sự chia sẻ kiến thức và công nghệ của các nhà khoa học Nga cũng như sự hỗ trợ của Chính phủ Nga, những điều đã giúp ông và đồng đội hoàn thành sứ mệnh ý nghĩa, gìn giữ di sản vô giá của dân tộc.

Thông qua những công việc và sứ mệnh mà mình đã thực hiện, tướng Hiệu không chỉ giữ gìn ký ức về Bác Hồ mà còn tiếp nối tinh thần yêu nước và lòng biết ơn sâu sắc đối với người cha già của dân tộc. Những ký ức ấy, giờ đây, không chỉ là của riêng ông mà còn là của cả dân tộc Việt Nam, như một minh chứng sống động cho tình cảm và lòng kính trọng mà chúng ta dành cho Bác Hồ, người đã cống hiến trọn đời cho độc lập và tự do của Tổ quốc.

21. Đi theo vị tướng để học đạo vui

Vui vẻ, vô tư dường như là một phẩm chất bẩm sinh của Thượng tướng Nguyễn Huy Hiệu. Trong những năm tháng nghỉ hưu, ông còn luôn nhấn mạnh thêm với người thân và bạn hữu một tiêu chí nữa để sống vui, đó là quên hận thù.

Trong những lần tiếp xúc với tướng Hiệu, thấy ông dù đã qua 70 tuổi, nhưng dáng người thẳng tắp, cân đối, đi lại nhanh nhẹn, năng động hơn cả thanh niên, gương mặt luôn tươi cười, nụ cười nhẹ nhõm thanh thản, thì một phóng viên đã hỏi ông: "Bí quyết khiến nào ông trẻ khỏe lâu như thế?". Tướng Hiệu nêu ba tiêu chí: Vui; Vô tư quên hận thù; Thích trồng, chăm cây cối và ăn trái cây.

Vậy làm thế nào để vui? Nhất là khi tuổi đã cao, những suy tư thường bị hướng về quá khứ với những chuyện buồn, những hoạt động xã hội, hoạt động do công việc đã hết, các chức danh cũng đã không còn khiến cho người cao tuổi khó vui? Tướng Hiệu nghĩ đơn giản, rằng ông trải qua chiến tranh, tham gia hơn 60 trận đánh ác liệt, mà vẫn còn sống được tới hôm nay, thì mỗi ngày mới là một ngày thật vui, thật ý nghĩa, không để trôi qua lãng phí. Lãng phí nhất là cái thói nghĩ "giết thời gian", "buồn chán". Ông loại cái cảm giác buồn ra khỏi cuộc sống của mình. Sống làm sao để luôn hướng tới niềm vui, theo ĐẠO VUI như cách ông thường nói với những người thân cận.

Quả vậy, sự vui vẻ khiến đầu óc nhẹ nhõm, thư thái, và giúp cơ thể tránh được bệnh tật, tăng sức đề kháng, chống lão hóa nhanh.

Tiêu chí vô tư quên hận thù của tướng Hiệu cũng khiến nhiều đồng đội, nhiều người từng công tác cùng ông lâu năm nể phục. Trong cuộc sống, nhất là với những người thành công, không tránh khỏi bị một số người ganh ghét, đố kỵ, trong công việc không tránh khỏi va chạm... Tướng Hiệu luôn tâm niệm, nhận phần thiệt về mình. Nếu ai đó có gây hại cho mình, thì cũng lập tức quên. Khi ông quên sự hận thù với họ, thì ông đã thoát khỏi sợi dây trói vô hình mà họ cố tình ràng lấy ông.

Trồng cây lấy bóng mát, lấy quả ăn là niềm say mê từ nhỏ của tướng Hiệu. Cho nên, sau chiến tranh, tướng Hiệu đi tới đâu là trồng cây tới đó. Không những vậy, ông vận động đồng đội, người thân, bạn hữu trồng cây theo mình. Không thể tính hết được số lượng cây ông đã trồng, vận động mọi người trồng trong những năm qua, nhưng màu xanh cây cối ông góp phần tạo nên đã kéo dài khắp dải đất hình chữ S. Trong chế độ ăn hàng ngày, tướng Hiệu thích dùng trái cây, nhất là chuối, bưởi, nước ép ổi, táo,...Thói quen dùng trái cây hàng ngày, dù có đi công tác cũng không bỏ, đã khiến ông có sức bền, dẻo dai và trẻ trung lâu dài.

Ngày 27/7 hàng năm là sinh nhật ông, nhưng suốt 72 năm qua tướng Hiệu chưa một lần tổ chức lễ sinh nhật mình. Thay vào đó, ông tổ chức các chuyến đi dọc đất nước tri ân đồng đội. Với ông, được sống khỏe mạnh và tiếp tục cống hiến cho đến ngày nay đã là hạnh phúc. Tuy nhiên, năm nay, do có đại dịch, vấn đề di chuyển qua các vùng nên hạn chế, tướng Hiệu đã ở lại Hà Nội và tổ chức bữa tiệc sinh nhật đầu tiên trong đời mình.

Một số đồng đội, bạn thân đã đến chúc mừng vị tướng, trong buổi sinh nhật được tổ chức lần đầu tiên trong đời. Trong bữa ăn mừng sinh nhật tuổi 73 của ông năm nay (27/7/2020), tướng Hiệu vui vẻ chia sẻ những câu chuyện hóm hỉnh, những trò nghịch ngợm của lính trẻ khi xưa, khiến những tràng cười nổ ra quanh ông không dứt. "Vui là chính" – ông luôn nhắc đi nhắc lại thông điệp này. Đặc biệt, cũng trong lễ sinh nhật đầu tiên của đời mình, ông còn chia sẻ với bạn hữu những cuốn sách tập hợp những hồi ký chiến trận của sĩ quan, binh lính, tiếp cho họ thêm nguồn tư liệu lịch sử quý giá, để cùng nhau tiếp tục sống vui, cống hiến hiệu quả cho đất nước, quê hương.

22. Sách với một vị tướng - Di sản độc đáo Tri ân cuộc đời

Trong hành trình tri ân cuộc đời, Thượng tướng Nguyễn Huy Hiệu đã chọn sách như một hình thức tri ân sâu sắc và ý nghĩa. Sách, trong quan niệm của ông, không chỉ là nguồn tri thức mà còn là phương tiện để ông truyền đạt những kinh nghiệm, bài học và tinh thần của mình cho thế hệ tương lai. Điều này mang lại những ý nghĩa sâu sắc trong việc lưu truyền và tri ân cuộc đời.

Lưu giữ và chia sẻ tri thức

Qua việc để lại sách, Thượng tướng Hiệu không chỉ lưu giữ kiến thức và kinh nghiệm cá nhân, mà còn chia sẻ chúng với cộng đồng. Sách trở thành công cụ để ông trao truyền những giá trị, suy tưởng và tri thức mà ông đã tích lũy được trong suốt cuộc đời mình. Mỗi khi có khách quý tới thăm thì ông đều tặng sách, hoặc khi ông đi công tác, hành trang đều mang nặng những cuốn sách để trao tặng bạn hữu, đồng đội, bà con địa phương, người thân trong gia đình,...

Sách, theo Thượng tướng Hiệu, là cách ông tri ân cuộc đời. Mỗi trang sách, mỗi dòng chữ đều chứa đựng tâm huyết, tình cảm và tri thức mà ông muốn truyền đạt. Đây không chỉ là sự tri ân đối với quá khứ, mà còn là sự gửi gắm tình cảm và hy vọng vào tương lai. Sách là cách kết nối quá khứ với tương lai.

Qua sách, Thượng tướng Hiệu không chỉ kết nối quá khứ với hiện tại, mà còn mở ra cánh cửa cho tương lai. Sách trở thành cầu nối giữa các thế hệ, là nguồn cảm hứng và học hỏi không chỉ cho thế hệ hiện tại mà còn cho cả những thế hệ tương lai.

Kho sách của Thượng tướng Hiệu không chỉ là nguồn thông tin mà còn là nguồn cảm hứng. Chúng tạo động lực cho người đọc trong việc học hỏi, phấn đấu và đóng góp cho xã hội. Mỗi cuốn sách là một tấm gương phản chiếu tinh thần kiên cường, lòng yêu nước và trách nhiệm đối với cộng đồng.

Cuộc đời và sự nghiệp của Thượng tướng Nguyễn Huy Hiệu, cùng với việc lưu truyền sách như một hình thức tri ân, còn là minh chứng cho tinh thần phục vụ và cống hiến không ngừng. Qua sách, ông không chỉ để lại một di sản vật chất mà còn là di sản văn hóa, tri thức và tinh thần, góp phần xây dựng và phát triển cộng đồng và đất nước.

Tích lũy kho tàng tri thức cho thế hệ sau

Thượng tướng Nguyễn Huy Hiệu, với vai trò là Viện sĩ của Viện Hàn lâm Khoa học quân sự Nga, không chỉ là một nhà lãnh đạo quân sự xuất sắc mà còn là một học giả đa năng. Sự đóng góp của ông trong lĩnh vực sách không chỉ dừng lại ở việc viết sách nghiên cứu về khoa học quân sự hay bảo vệ môi trường, mà còn mở rộng qua việc cung cấp chất liệu cho gần chục tác giả viết về ông, tạo nên một loạt các tác phẩm đa dạng.

Thượng tướng Hiệu đã để lại một kho tàng tri thức qua các tác phẩm của mình và những cuốn sách được viết về ông. Những tác phẩm này không chỉ phản ánh về khoa học quân sự, một lĩnh vực ông rất am hiểu, mà còn mở rộng tới các chủ đề như bảo vệ môi trường, lịch sử, kinh nghiệm, kỹ năng sống. Sự đa dạng này không chỉ làm giàu kho tàng tri thức mà còn phản ánh sự phong phú trong suy nghĩ và cách tiếp cận của ông đối với cuộc sống và xã hội.

Qua những tác phẩm này, tướng Hiệu không chỉ truyền đạt kiến thức mà còn truyền cảm hứng cho cộng đồng khoa học và độc giả. Những cuốn sách của và về ông không chỉ là nguồn thông tin quý giá về các chủ đề cụ thể như khoa học quân sự, môi trường mà còn là nguồn cảm hứng về tư duy phản biện, sáng tạo và tầm nhìn chiến lược.

Sự phong phú trong các chủ đề mà Thượng tướng Hiệu và các tác giả khác tập trung vào trong những tác phẩm của họ phản ánh sự sâu sắc của tri thức và tư duy của ông. Mỗi tác phẩm là một chuyến hành trình khám phá vào thế giới của tri thức, lịch sử, và nhân văn, cho thấy sự tinh tế và sâu sắc trong cách ông nhìn nhận và phân tích vấn đề.

Công việc này của Thượng tướng Hiệu là sự tri ân đối với quá khứ và là cách ông tạo động lực và truyền cảm hứng cho tương lai. Mỗi cuốn sách, mỗi tác phẩm không chính là một lời tri ân, một nguồn cảm hứng, một lời nhắc nhở về tầm quan trọng của kiến thức, sự học hỏi và sự sáng tạo.

Thượng tướng Nguyễn Huy Hiệu, thông qua sự nghiệp viết sách đa dạng và sâu sắc của mình, đã tích lũy để lại di sản quý giá của tri thức, tinh thần cho thế hệ hiện tại và tương lai. Những tác phẩm của ông viết và tác phẩm viết về ông là nguồn tri thức vô cùng giá trị, là ngọn đuốc soi đường cho những tâm hồn đam mê kiến thức, khám phá và sáng tạo.

23. Vị tướng trồng 7 cây Tri ân

Trong cuộc sống ngày càng nhiều bất trắc này, không có gì quý hơn là khả năng biết ơn, hành động trả nghĩa và tôn tạo môi trường xanh. Thượng tướng Nguyễn Huy Hiệu, một tấm gương của lòng dũng cảm trong chiến đấu, thông thái trong chỉ huy, và giàu lòng hiếu thuận, đã chứng minh điều này qua cách tri ân độc đáo của ông: trồng cây xanh để tưởng nhớ và biết ơn đồng bào, đồng chí đã đồng hành và hỗ trợ ông suốt đời binh nghiệp. Không chỉ là một biểu tượng của sự sống, những cây tri ân còn là điều kiện tiên quyết cho sự thịnh vượng và hạnh phúc bền vững của con người.

Dưới đây là 7 cây tri ân nổi tiếng mà ông đã trồng trên các vùng đất khác nhau của Tổ quốc:

1. Cây Đa ở Đồng Xoài (Bình Phước): được trồng trong dịp kỷ niệm Đại hội 10 Trung ương Đảng vào tháng 4 năm 2006. Cây được trồng nơi ông đã hành quân thần tốc, đưa Trung đoàn 27 vào tập kết, để tiến quân vào giải phóng Sài Gòn 1975. Nơi ấy nay trở thành công viên Binh đoàn 16, nằm trong sở chỉ huy Binh đoàn 16 (Đồng Xoài). Cây đa ấy luôn được chăm sóc, bảo vệ chu đáo. Hiện cây đa này là cây lớn nhất ở công viên Binh đoàn 16, thân to mấy người ôm. Nó trở thành một biểu tượng về sự đoàn kết dân tộc và là một minh chứng cho ý nghĩa của sự hy sinh và quyết tâm trong cuộc sống. Từ một cây giống bé nhỏ, cây đã phát triển mạnh mẽ, tạo nên một không gian xanh mát, nơi mà những hồi ức về quá khứ và hy vọng cho tương lai được gìn giữ và nuôi dưỡng.

2. Cây Bàng Vuông ở bệnh viện 175 (TP. Hồ Chí Minh): Trong năm 1996, cây bàng vuông được trao tặng ông nhân dịp Thượng tướng Nguyễn Huy Hiệu ra công tác tại Trường Sa lớn. Các chiến sĩ hải quân tặng ông cây bàng vuông này để mang về đất liền, ông đã đưa cây về trồng một thời gian ở Vũng Tàu. Sau khi cây lớn, ông lại đưa cây về bệnh viện 175, nơi từng là "Tổng Y viện chế độ Cộng hòa", nơi ông từng tiến quân vào giải phóng và tiếp quản năm 1975. Như vậy, bệnh viện 175, một nơi từng chứng kiến những giây phút lịch sử của dân tộc, hiện nay được thêm vào một nét đẹp mới mẻ - một cây bàng vuông lớn mạnh. Cây bàng vuông là một biểu tượng của sức sống, của sự bền vững và hy vọng. Nó gợi nhớ về quá khứ và khẳng định rằng những giá trị văn hóa và lịch sử luôn tồn tại và phát triển.

3. Cây Đa ở Pò Hèn (Quảng Ninh): Cây đa được trồng tại Pò Hèn để tưởng niệm 53 cán bộ, chiến sĩ hy sinh năm 1979. Nơi đây từng là đồn biên phòng, bị phía Trung Quốc tập kích, khiến 53 cán bộ, chiến sĩ ta hy sinh năm 1979. Tướng Hiệu đã trồng một cây đa ở đó, và hiện nay một đền thờ được xây nên để tưởng niệm những người đã ngã xuống năm ấy. Tại địa điểm mang dấu ấn đau thương này, một cây xanh tỏa bóng mát cho đời mang ý nghĩa của lòng biết ơn và sự ghi nhớ về những người sĩ quan, người lính đã chiến đấu, hi sinh, bảo vệ biên cương của Tổ quốc.

4. Cây Bồ Đề ở chùa Tân Thanh (Lạng Sơn): Vào ngày 22 tháng 12 năm 2010, cây bồ đề được đưa về từ đất

Phật Ấn Độ để trồng ở chùa Tân Thanh, Lạng Sơn. Cây bồ đề này trồng khi chưa có chùa được xây ở đó. Địa phương mời tướng Hiệu về trồng cây này tại địa điểm ấy để trấn trạch, tránh bị bên kia tấn công. Ông trồng cây bồ đề được một thời gian, thì một ngôi chùa lớn được xây lên ở đó, và cây ấy hiện nay lớn nhất trong các cây trồng ở khuôn viên chùa. Một phiến đá lớn, nặng 2 tấn, đã được đưa từ Ninh Bình về, khắc tên tướng Hiệu, ghi ngày ông trồng cây, đặt dưới gốc cây. Do tướng Hiệu thuộc dòng họ Nguyễn Bặc có công lao thời vua Đinh, vua Lê, nên những người trụ trì chùa muốn thực hiện việc có nghĩa như vậy. Ông Lê Quang Đạo – khi ấy là trung tá, đồn trưởng đồn biên phòng tại Lạng Sơn, được tướng Hiệu giao việc săn sóc cây bồ đề, nay đã lên chức vụ thiếu tướng, Tư lệnh cảnh sát biển.

5. Cây Sa La ở Nam Đàn (Nghệ An): Cây sa la được tướng Hiệu trồng vào ngày 20/ 7/2016 trong khuôn viên Đài Liệt sĩ và bia ghi danh của trung đoàn Bộ binh 27 tại xã Nam Anh, huyện Nam Đàn, tỉnh Nghệ An (nơi thành lập Trung đoàn 27). Hiện nay cây rất tốt tươi. Cây sa la là một biểu tượng của sự kết nối và phát triển. Nó gợi nhớ về những kỷ niệm đẹp và hy vọng cho tương lai. Nó cũng là một minh chứng cho ý nghĩa của sự chăm sóc và quan tâm đến môi trường.

6. Cây Sa La ở Vĩnh Phúc: Cây sa la được tướng Hiệu đưa về từ đất Phật Ấn Độ, trồng vào năm 2017 tại chùa Linh Sơn, xã Lũng Hòa, huyện Vĩnh Tường, tỉnh Vĩnh Phúc. Tên tướng Hiệu được khắc lên phiến đá kỷ niệm đặt dưới gốc cây. Cây sa la ấy lại mang ý nghĩa về sự hiểu biết và trí tuệ, hình ảnh của sự sống và hy vọng. Nó là một minh chứng cho sự kết nối hài hòa giữa con người và thiên nhiên.

7. Cây Kim Giao tại trường THCS Nguyễn Du (Hà Nội): Cây kim giao được trồng tại trường THCS Nguyễn Du, Hà Nội vào ngày 20 tháng 11 năm 2022 để tri ân các thầy cô giáo nói chung. Cây kim giao thể hiện cho trí tuệ và sự kính trọng. Nó nhắc thế hệ trẻ nhớ về những giá trị văn hóa và giáo dục mà mỗi người dân đều nên trân trọng và bảo vệ.

Trong cuộc sống, giáo dục không chỉ tồn tại trong những lớp học hay trong sách vở mà còn hiện diện khắp mọi nơi, trong mọi hành động của chúng ta. Một trong những cách hiệu quả nhất để truyền đạt giá trị của sự biết ơn và tôn trọng môi trường là thông qua việc trồng cây xanh. Thượng tướng Nguyễn Huy Hiệu đã thực hiện điều này, biến những hành động tri ân và bảo vệ môi trường thành một hoạt động duy nhất, mang lại ý nghĩa sâu sắc và giáo dục cho cộng đồng.

Trong mỗi cây xanh mà Thượng tướng Nguyễn Huy Hiệu trồng, là một biểu tượng của sự sống, một bài học về lòng biết ơn và trách nhiệm của mỗi cá nhân đối với môi trường. Những cây xanh này là một phần của cảnh quan tự nhiên, một phần của phương pháp giáo dục, nhắc nhở con người về tầm quan trọng của việc bảo vệ và tôn trọng môi trường.

Với mỗi hành động tri ân và trồng cây xanh, Thượng tướng Nguyễn Huy Hiệu đã góp phần xây dựng một xã hội biết ơn và môi trường sống xanh sạch, tạo điều kiện cho thế hệ tương lai phát triển và thịnh vượng. Đồng thời, những hành động này cũng là một bài học quý giá về lòng nhân ái và tôn trọng đối với môi trường, gieo trong lòng mỗi người một ý thức vững vàng về trách nhiệm của bản thân đối với hành tinh chúng ta.

Nhìn vào những cây xanh ấy, chúng ta không chỉ thấy được sự sống và sự mạnh mẽ của thiên nhiên mà còn nhận ra được ý nghĩa sâu sắc của việc biết ơn và tôn tạo môi trường xanh. Chúng ta hãy tiếp bước hành động độc đáo của tướng Hiệu, để cùng nhau gìn giữ và bảo vệ những giá trị xanh, để con đường tri ân và bảo vệ môi trường mãi mãi được tiếp tục.

24. Một kỷ niệm sâu sắc trong "Hội thảo 50 năm Chiến thắng Điện Biên Phủ"

"Khi chuẩn bị đón chào kỷ niệm 70 năm chiến thắng Điện Biên Phủ (7/5/1954 – 7/5/2024), tôi không thể quên ký ức đậm nét từ một sự kiện quan trọng trong quá khứ. Đó chính là cuộc hội thảo diễn ra 20 năm trước, đánh dấu sự kiện lịch sử này do chính phủ Việt Nam tổ chức tại Hà Nội, với sự tham gia của đại diện từ 150 quốc gia và vùng lãnh thổ khác nhau. Tôi may mắn được Bộ Quốc phòng phân công tham dự hội thảo này cùng với Đại tướng Võ Nguyên Giáp, một trong những nhân vật quan trọng bậc nhất của chiến thắng Điện Biên Phủ." – Thượng tướng Nguyễn Huy Hiệu chia sẻ trước dịp kỷ niệm 70 năm Chiến thắng Điện Biên Phủ.

Bất cứ ai có dịp may đến thăm văn phòng tướng Hiệu tại phố Trấn Vũ (Hà Nội) đều ấn tượng về một bức ảnh khổ lớn treo trang trọng trên tường, gần bàn làm việc của ông. Tác giả chụp bức ảnh đã "bắt" được khoảnh khắc vô cùng ý nghĩa, khi Đại tướng Võ Nguyên Giáp cùng tướng Hiệu đang hướng ánh nhìn chăm chú, nhưng vui vẻ về cùng một phía trong sự kiện "Hội thảo 50 năm Chiến thắng Điện Biên Phủ".

Bức ảnh này do Đại tá – Nhiếp ảnh gia Trần Hồng chụp cách đây đúng 20 năm, giúp lưu lại mãi mãi khoảnh khắc đầy ý nghĩa của sự kiện. Một bức ảnh có thể kể ra câu chuyện lịch sử cũng như giữ được vẹn nguyên cảm xúc của thời khắc ấy. Thượng tướng Nguyễn Huy Hiệu rất trân trọng khoảnh khắc quý giá ấy trong đời, coi đó là kỷ niệm vàng trong cuộc đời ông.

Ông chia sẻ rằng, trong buổi hội thảo, sau lời khai mạc và trình bày nội dung chính bằng tiếng Việt, Đại tướng Võ Nguyên Giáp đã trả lời phỏng vấn của các đại diện đoàn nước ngoài hoàn toàn bằng tiếng Pháp. Do nhiều đoàn trong Hội thảo đến từ các nước và vùng lãnh thổ đang đấu tranh giành độc lập, nên trong nội dung trả lời, Đại tướng nhấn mạnh về tình hình trong nước và quốc tế tại thời điểm trận chiến Điện Biên Phủ diễn ra. Ông tóm tắt ngắn gọn diễn tiến của cuộc chiến và sau đó phân tích sâu hơn về quyết tâm của Trung Ương Đảng và ý tưởng của Chủ tịch Hồ Chí Minh trong việc tiêu diệt căn cứ địch tại Điện Biên Phủ, và Đại tướng được giao toàn quyền thực hiện nhiệm vụ này.

Tiếp theo, Đại tướng giải thích với các đoàn khách nước ngoài về diễn biến của hai giai đoạn quan trọng trong trận chiến: giai đoạn đầu tiên là giai đoạn ta quyết định đánh nhanh và giải quyết nhanh, nhưng gặp nhiều khó khăn nên phải kéo pháo ra khỏi trận địa; và giai đoạn thứ hai là giai đoạn đánh chắc và tiến chắc, nhằm mục đích giải phóng hoàn toàn miền Bắc. Trong suốt 56 ngày đêm lịch sử tiến công vào Điện Biên Phủ, Đại tướng nhấn mạnh về sự quyết đoán và mạnh mẽ của quân đội Việt Nam, huy động 5 đại đoàn tham gia chiến đấu, đặc biệt là đóng góp của các đại đoàn tiên phong 308 và đại đoàn chiến thắng 312, đã bắt sống tướng Đờ Cát. Ông cũng đề cập đến vai trò quan trọng của lực lượng pháo binh trong việc giải phóng Điện Biên, để trả lời cho những câu hỏi về kinh nghiệm của Việt

Nam trong trận chiến Điện Biên Phủ mà đại diện từ các nước đang chiến đấu cho độc lập dân tộc đã đặt ra. Đại tướng phân tích sâu về nguyên nhân dân tộc Việt Nam thắng Pháp, còn do lịch sử, văn hóa truyền thống lâu đời suốt bốn ngàn năm. Pháp tuy đô hộ Việt Nam nhưng không hiểu sâu về văn hóa, lịch sử, con người dân tộc này nên đã thất bại trong cuộc chiến với toàn dân Việt Nam. Khi được hỏi về chiến tranh nhân dân, thì Đại tướng trả lời rất kỹ. Chiến tranh nhân dân gồm có bộ đội chủ lực, bộ đội địa phương, và lực lượng tự vệ.

Đại tướng Võ Nguyên Giáp không chỉ nói về chiến thắng trên mặt trận quân sự mà còn đề cập đến sức mạnh của đoàn kết dân tộc, những đóng góp và hy sinh của người dân miền Tây Bắc. Đó là sự tham gia vô cùng hiệu quả của lực lượng dân công hỏa tuyến, tiếp lương tải đạn, phục vụ cho chiến dịch 56 ngày đêm. Công tác bảo đảm chiến dịch dài như vậy dựa vào các đoàn dân công hỏa tuyến ở các tỉnh, miền xuôi cung cấp sức người sức của lên vùng cao, tải lương tiếp đạn, giải quyết dứt điểm chiến dịch Điện Biên Phủ. Ông nhấn mạnh về tầm quan trọng của nghệ thuật chiến tranh nhân dân Việt Nam, và tài năng lãnh đạo của Chủ tịch Hồ Chí Minh cùng sự hỗ trợ khí tài, vật chất từ Liên Xô, Trung Quốc và sự hỗ trợ về tinh thần từ nhiều nước khác, đặc biệt là các nước đang đấu tranh cho độc lập dân tộc. Nhờ tập hợp được các lực lượng đại đoàn kết ấy, mà sức mạnh của Việt Nam được nhân lên nhiều lần. Ông cũng nhắc lại câu nói của Chủ tịch Hồ Chí Minh: "Nước nhỏ có thể thắng nước lớn nếu đoàn kết, nếu dám giương cao ngọn cờ dân tộc".

Những câu trả lời của Đại tướng Võ Nguyên Giáp dành cho đại diện một số quốc gia trong buổi hội thảo, tấm hình ghi lại khoảnh khắc ý nghĩa và những bài viết về sự kiện này được xuất bản luôn ghi lại những kỷ niệm quý báu của một thời kỳ lịch sử cùng những bài học vô giá từ trận chiến Điện Biên Phủ, đặc biệt là sức mạnh của đoàn kết dân tộc và truyền thống lịch sử văn hóa của Việt Nam trong việc đấu tranh cho độc lập tự do.

25. Tướng Hiệu và 4 bức ảnh lịch sử

Những bức ảnh có thể kể nhiều hơn một câu chuyện, và trong cuộc đời binh nghiệp giàu ý nghĩa, Thượng tướng Nguyễn Huy Hiệu trân quý nhất bốn bức ảnh, bởi chúng đánh dấu những mốc son đáng nhớ trong sự nghiệp và chiến tích vẻ vang của ông.

Đầu tiên là bức ảnh ông chụp cùng với Tổng thống Nga Putin, thể hiện sự ghi nhận qua trình làm công tác hợp tác quốc tế của ông. Thứ hai là bức ảnh ông được trao bằng Viện sĩ Viện hàn lâm khoa học Nga. Bức ảnh thứ ba ông chụp với bà má trao tấm bản đồ để ông tiến vào tham chiến giải phóng Sài Gòn năm 1975, một ký ức thiêng liêng về cuộc đấu tranh giành độc lập và thống nhất đất nước. Cuối cùng là tấm ảnh khu tưởng niệm liệt sĩ Trung đoàn 27 anh hùng, biểu trưng cho lòng tri ân và tưởng nhớ những đồng đội đã hy sinh vì tổ quốc. Những bức ảnh này không chỉ là những khoảnh khắc, mà còn là những câu chuyện về lòng yêu nước, sự dũng cảm và tinh thần đoàn kết.

Nói đến tướng Hiệu, công chúng nghĩ ngay đến một vị tướng gắn liền với quá khứ chiến tranh vẻ vang của dân tộc. Nhưng một quá khứ vẻ vang là như thế nào? Nếu để miêu tả về một quá khứ vẻ vang, tôi sẽ "mượn" quá khứ của Thượng tướng Nguyễn Huy Hiệu để làm ví dụ chính xác nhất cho từ "vẻ vang".

Nếu nói về các chức vụ mà tướng Hiệu từng giữ, ông lần lượt trải qua các chức vụ Tiểu đội trưởng đến Trung đoàn phó, Trung đoàn trưởng (năm 1965-1975); được bổ nhiệm chức vụ Sư đoàn trưởng Sư đoàn 390 (năm 1980); Phó Tư lệnh thứ nhất Quân đoàn 1 (năm 1987); Tư lệnh Quân đoàn 1 (năm 1988); Phó Tổng Tham mưu trưởng (năm 1994); và Thứ trưởng Bộ Quốc Phòng (năm 1999).

Vậy nếu kể về câu chuyện đáng nhớ của tướng Hiệu trong quá khứ, với một người như ông chắc hẳn mỗi tháng mỗi ngày trôi qua đều là những câu chuyện đặc biệt, khắc sâu trong trái tim ông đến tận bây giờ và mãi mãi về sau. Chuyện kể dài chẳng biết khi nào mới đến hồi kết, ấy thế mà may mắn lại có bốn bức ảnh của ông xuất hiện, mà những bức ảnh không đơn thuần chỉ là "bức ảnh", đó là những bức ảnh "biết nói" kể về bốn câu chuyện đáng nhớ trong quá khứ của tướng Hiệu.

1. Bức ảnh đầu tiên đó chính là hình ảnh của tướng Hiệu và Tổng thống Nga - Vladimir Vladimirovich Putin.

Được chụp vào năm 2007, khi đó tướng Hiệu là Thượng tướng - Uỷ viên Trung ương Đảng, Thứ trưởng bộ Quốc phòng, Phó Chủ tịch Thường trực Uỷ ban Quốc gia Tìm kiếm cứu nạn Việt Nam. Ông tham gia hội nghị quốc tế tại nước Nga cùng với 22 quốc gia ở Thái Bình Dương - những quốc gia liên quan đến vùng biển và dầu khí. Trước khi tham gia hội nghị này, tướng Hiệu có đọc được một bài báo nói về sự cố thiên tai thường xảy ra ở Việt Nam, mỗi năm trung bình diễn ra từ 6 đến 10 trận bão lớn như: lũ quét, lũ ống, lũ bùn, sạt lở đất, lốc,...

Ở các vùng như miền Trung, Điện Biên, Quảng Ngãi, Quảng Nam là những nơi hay xảy ra các trận động đất. Mặc dù động đất ở Việt Nam nếu so sánh với các quốc gia khác độ nguy hiểm vẫn chỉ ở mức trung bình, nhưng nhìn chung đó vẫn là sự cố về thiên tai - một sự cố vẫn thường xuyên xảy ra tại vùng Đông Nam của châu Á. Ngoài vùng đồi núi, thì sự cố thiên tai cũng hay xuất hiện tại vùng biển. Với diện tích bờ biển dài hơn 3200 ki-lô-mét thì thiên tai xảy ra trên dọc bờ biển là rất lớn và gây ra rất nhiều nguy hiểm đối với đồng bào đánh bắt cá ven biển, ví dụ như các khu vực đảo Cồn Cỏ, Bạch Long Vĩ, Côn Đảo,...

Đây là một trong những loại sự cố nghiêm trọng mà tướng Hiệu muốn tìm cách khắc phục. Vậy nên khi tham gia buổi hội nghị quốc tế tại Nga, ông đã chia sẻ về thảm hoạ thiên tai của Việt Nam đã phải đối mặt với các "cơn thịnh nộ" của Mẹ Thiên Nhiên hay của các trận chiến tranh khủng khiếp ra sao với 22 quốc gia, để nước bạn hay toàn thế giới có thể hiểu và cùng chung tay, giúp đỡ Việt Nam tìm ra những giải pháp ngăn ngừa thảm hoạ thiên tai, hạn chế thiệt hại ở mức thấp nhất về người và của. Bởi đối với ông, điều quan trọng nhất chính là mạng sống con người.

Việt Nam cũng đã tích cực đưa ra nhiều biện pháp khắc phục, đặc biệt nhất vẫn là huy động cả hệ thống chính trị tham gia chiến dịch phòng chống thiên tai cứu hộ cứu nạn. Bên cạnh đó, Việt Nam cũng tổ chức phong trào "Phủ xanh đất trống đồi trọc" nhằm mục đích khôi phục lại màu xanh ở ven biển, đất liền, và cả những vùng đã bị chiến tranh tàn phá.

Buổi hội nghị kết thúc và thu hút được sự quan tâm của tổng thống Putin, ông đã đi gặp và giao lưu, trao đổi với tất cả các Trưởng đoàn. Và bức ảnh bắt tay giữa tướng Hiệu và tổng thống Putin "ra đời".

2. Bức ảnh thứ hai được chụp khi tướng Hiệu được trao bằng Viện sĩ của Nga về Nghệ thuật chiến tranh.

Một tấm bằng danh giá dành cho tướng Hiệu khi ông đã cống hiến 9 năm phụ trách ở Trung tâm nhiệt đới Việt - Nga và cùng với các nhà khoa học người Nga thực hiện nghiên cứu 3 hướng cơ bản: độ bền nhiệt đới, y sinh nhiệt đới và sinh thái nhiệt đới.

Trong thời gian phụ trách ở Trung tâm nhiệt đới Việt – Nga, ông đã viết 7 công trình khoa học về quân sự và đối ngoại, góp phần tham mưu cho Đảng và Nhà nước để nâng tầm quan hệ đối tác chiến lược, hợp tác toàn diện với Liên bang Nga. Với 7 công trình khoa học quân sự có giá trị, tướng Hiệu đã được Viện Hàn lâm Khoa học Liên bang

Nga bầu và trao bằng Viện sĩ về nghệ thuật chiến tranh vào ngày 2/4/2010. Điều đáng tự hào hơn nữa khi ông là người nước ngoài và cũng là người Việt Nam đầu tiên được nhận tấm bằng danh giá này. Bên cạnh đó, ông là đồng Chủ tịch Trung tâm Nhiệt đới Việt – Nga, đã góp phần lớn trong việc tăng cường và củng cố mối quan hệ chiến lược, hợp tác toàn diện giữa hai quốc gia Việt Nam và Liên bang Nga.

Và khi nhắc đến Thượng tướng Nguyễn Huy Hiệu, chắc chắn sẽ phải kể đến phương châm "4 tại chỗ" do chính ông là "nhà sáng lập". Xuất phát từ chiến tranh chống Mỹ, đứng giữa bão lũ thiên tai khi gió cấp 5 khiến máy bay không thể bay được, lũ quét ngập xe cũng không lội nước đi được, ông và đồng bào kiên cường cố gắng chống chọi với thiên tai, thì đó là lúc phương châm "4 tại chỗ" xuất hiện: ***Chỉ huy tại chỗ, Lực lượng tại chỗ, Vật chất tại chỗ và Hậu cần tại chỗ.*** Và cho đến bây giờ, phương châm này vẫn được áp dụng toàn quốc, vẫn luôn được sử dụng trong phòng chống bão lũ, cứu hộ cứu nạn của Việt Nam. Không những vậy, Nhà nước dựng 1 bộ phim có tên "Vị tướng 4 tại chỗ" và bộ phim đã được phát sóng rộng rãi vào đầu năm 2024.

Tích luỹ biết bao kiến thức từ những ngày tháng ông thực tiễn chiến đấu, chỉ huy và nghiên cứu, tướng Hiệu đã chắp bút và xuất bản nhiều đầu sách với các đề tài nói về Khoa học quân sự. Trong đó có các quyển như:

- Nghiên cứu số 1 vấn đề về nghệ thuật quân sự Việt Nam

- Vận dụng phương châm 4 tại chỗ trong phòng chống thiên tai
- Quân đội với vấn đề giải quyết hậu quả sau chiến tranh

Đối với ông, tất cả những tác phẩm đó như một rương báu chứa đựng những câu chuyện, kinh nghiệm và kiến thức mà tướng Hiệu đã trải qua và đúc kết suốt bao năm tháng.

3. Bức ảnh thứ ba là khi tướng Hiệu gặp Bà Má (Má Sáu Ngẫu) tại Lái Thiêu

Đây là tấm ảnh mang ý nghĩa lịch sử rất lớn. Khi đó tướng Hiệu là Trung đoàn trưởng Trung đoàn 27, Sư đoàn 30B, Quân đoàn 1.

Trong tấm ảnh, là hình ảnh Bà Má – má tên là Sáu Ngẫu (từng là giáo viên dạy tiếng Pháp trong Sài Gòn) đang cùng tướng Hiệu xem bản đồ, tướng Hiệu nhờ má Sáu Ngẫu cung cấp thông tin và tuyến đường đi từ trục đường 13 vào tới Sài Gòn. Khi ông đưa tấm bản đồ cho má xem, má đã nói rằng má không rành tấm bản đồ này và đã vào buồng lấy một tấm bản đồ khác của má. Trên tấm bản đồ có chữ viết của má được đánh dấu và ghi rõ các ký hiệu quan trọng với nét chữ rất đẹp.

Má nói: "Từ đây vào đến Lái Thiêu khoảng 5 ki-lô-mét có trường Huỳnh Văn Lương, nơi đào tạo hạ sĩ quan địch do một đại tá chỉ huy với khoảng 2.000 tên lính. Ngày mai khi di chuyển, các con không nên đánh ở đây để tránh hoang phí đạn và hy sinh người của quân ta. Cần đánh thẳng vào Lái Thiêu và ngay sau đó nhanh chóng chiếm lấy cầu Vĩnh Bình, đây là điểm khó, bởi chúng dựng rất nhiều chướng ngại vật như thùng phuy đựng cát, rào dây kẽm gai, mìn,… nếu không đánh chiếm được thì xe của các con không thể đi vào Sài Gòn."

Sau sự chỉ dẫn tận tình và chi tiết của má Sáu Ngẫu, tướng Hiệu và đồng đội đã chuẩn bị suốt đêm tới 4 giờ 30 sáng ngày hôm sau để tấn công vào Sài Gòn. Ông thầm biết ơn và cảm ơn má, hứa với má rằng sẽ quay lại thăm má và đồng bào sau khi quyết chiến và giành được thắng lợi.

Như đã hứa sẽ về Lái Thiêu sau khi giành thắng lợi, Trung đoàn 27 đã về vang hoàn thành nhiệm vụ vào sáng ngày 30/4/1975 và quay trở lại Lái Thiêu, thăm má Sáu Ngẫu và đồng bào.

4. Bức ảnh cuối cùng chính là hình ảnh của Khu tưởng niệm 2352 liệt sĩ Trung đoàn 27 và Bia chiến tích Khẩu đội 5, Đại đội 16 và Trung đoàn 27.

Khu tưởng niệm 2352 liệt sĩ Trung đoàn 27 và Bia chiến tích Khẩu đội 5 tại thôn Phương Ngạn Triệu Long, Triệu Phong, Quảng Trị do Thượng tướng, Viện sĩ - Tiến sĩ Nguyễn Huy Hiệu và Ban liên lạc Cựu chiến binh Đại đội 16, Trung đoàn 27 Xây dựng ngày 13/6/2016

Sau khi kết thúc chiến tranh, Thượng tướng Nguyễn Huy Hiệu và Ban liên lạc Cựu chiến binh Đại đội 16, Trung đoàn 27 đã kêu gọi sự hỗ trợ để xây dựng khu tưởng niệm cho hơn 2.500 liệt sỹ.

2.500 là con số rất lớn, tướng Hiệu chia sẻ rằng đây là một sự hy sinh mất mát lớn nhất. Khi một trung đoàn chỉ có nhiều nhất là 2.000 người, nhưng sự hy sinh ở đây lại lên tới 2.500 người, tức nhiều hơn một trung đoàn. Và trong đó, đồng chí Trung đoàn trưởng Cao Uy cũng đã chiến đấu và hy sinh ở đây.

Khu tưởng niệm tại Quảng Trị được khánh thành vào ngày 14/8/2016, được xây dựng trên diện tích khuôn viên hơn 500 mét vuông, trong đó gồm 1 nhà bia chính, 14 bia làm bằng đá ghi danh hơn 2.500 liệt sĩ của Trung đoàn 27 đã chiến đấu và hi sinh trên chiến trường Quảng Trị. Theo thông lệ vào ngày 27/7 hàng năm, các anh em cựu chiến binh của trung đoàn sẽ cử đại diện đến đây để làm lễ và tri ân, tổ chức phát quà cho các đối tượng chính sách trên địa bàn này.

Khu tưởng niệm này được mở ra để tri ân và tưởng nhớ các đồng chí, đồng đội và đồng bào đã anh dũng xả thân hy sinh vì tổ quốc. Đối với tướng Hiệu mà nói, đây là một điều rất xúc động khi có những cái tên được ghi danh trên bia mộ, nhưng hài cốt của họ lại không thể tìm thấy. Nhưng đối với người thân gia đình của họ, nơi đây như một sự an ủi duy nhất cho nỗi nhớ thương người đã khuất, họ tới viếng thăm, ôm lấy tấm bia có khắc tên người con của họ và bật khóc. Hiện nay, nơi này đang được kêu gọi tiến hành xây thêm tháp chuông và nhà đón tiếp khách.

Qua 4 bức ảnh, 4 câu chuyện khác nhau, nhưng chúng ta đều có thể nhìn thấy một điểm chung lớn nhất đó chính là tấm lòng yêu nước của Thượng tướng Nguyễn Huy Hiệu được thể hiện rõ qua sự cống hiến, xây dựng và phát triển không ngừng vì lợi ích của đất nước Việt Nam xuyên suốt từ khi ông mới chỉ là "cậu thanh niên" cho đến khi ông trở thành Thượng tướng, nhà khoa học quân sự của Việt Nam.

ENGLISH VERSION

Preface

In the midst of the fast-paced and ever-changing rhythm of modern life, we can easily be swept away by the endless flow of work and personal responsibilities, forgetting the core values that form the identity and spirit of each individual. For this reason, the meaningful journey of gratitude by Lieutenant General Nguyen Huy Hieu serves as a bright torch, illuminating and reminding us of the importance of gratitude and the connection between generations.

Lieutenant General Nguyen Huy Hieu, a courageous veteran, an experienced and compassionate military general, has dedicated his precious time and effort to show gratitude to his country, comrades, and fellow citizens across the nation. His journey does not stop at honoring previous generations but also expresses deep gratitude towards his lineage, homeland, and parents, who have nurtured and shaped his spirit and character.

Through these pages, we will witness a journey that ignites the flame of love and hope, bringing valuable lessons about gratitude, love for one's homeland, and steadfastness in preserving traditional values. General Hieu's journey is a profound source of inspiration, awakening in us the desire to live a meaningful life, full of kindness and responsibility.

It is hoped that this book will provide readers with not only authentic and moving stories about the spirit of a soldier and a general but also profound reflections on the journey of gratitude—a journey that each of us can and should undertake in our own lives.

(Author **Kiều Bích Hậu**)

1. Philosophy of Gratitude throughout life

Lieutenant General Nguyen Huy Hieu, a historical figure with a significant impact and stature in Vietnam, is not only known for his military achievements but also for his profound philosophy of gratitude throughout life. His life and career have inspired many generations, with the mindset that gratitude is not only reserved for the country, comrades, lineage, but also for family.

After retirement, General Hieu decided to spend most of his time to carrying out gratitude projects, demonstrating his appreciation for the community, the country, and those who had accompanied him throughout his military career. This action not only represents deep gratitude but also holds significant meaning in societal life. He believed that the more grateful you are, the more you will receive. "More" here is understood to mean receiving more affection, wisdom, and positive energy.

Studies show that practicing gratitude can improve mental well-being, reduce stress, and alleviate depression. For General Hieu, this practice could bring satisfaction, peace of mind, and profound meaning to life after retirement. Furthermore, General Hieu's actions can become a source of inspiration for others, becoming a distinctive cultural trait, demonstrating beautiful living, encouraging them to live more purposefully and share more with the community. Through implementing gratitude projects, General Hieu is also indirectly educating the younger generation about the value of gratitude and the importance of contributing to society.

For Lieutenant General Nguyen Huy Hieu, showing gratitude to the nation and comrades is a top priority. After the war ended, he tirelessly mobilized people in Quang Tri and the whole country to show gratitude to those who sacrificed their lives. Through the construction of meaningful projects such as the Memorial Monument, the spiritual-cultural cluster in Gio An, High Point 31, High Point 82, and the memorial area and shrine for the 2500 martyrs of Battalion 27 in Trieu Long commune, Trieu Phong district (Quang Tri), along with Gio An Pagoda, he has established sacred places to commemorate and express gratitude to the brave soldiers who fell for the nation's independence and freedom.

In particular, his journey of gratitude is also directed towards those who helped him during the difficult years of the war. A notable example is the story of Mrs. Sau Ngau in the South, often referred to as the "Mother of the South with a map helping the liberation army advance into Saigon," who sheltered and guided him during the resistance. His gratitude towards Mrs. Sau is not only expressed through words but also specific and practical actions.

Furthermore, expressing gratitude towards the lineage and family is equally important to him. In his hometown of Hai Hau (Nam Dinh), he mobilized investments to build a cemetery worth 3 billion VND, build a clinic, school, commune traditional house worth nearly 1 billion VND, and established the Hai Thuong Lan Ong Oriental Medicine Department with a budget of up to 1.2 billion VND. Moreover, he also donated 24 computer sets to Hai Long commune's secondary school, contributing to enhancing the quality of education for the younger generation in his hometown.

The life philosophy of Lieutenant General Nguyen Huy Hieu emphasizes the necessity of expressing gratitude towards the nation, comrades, fellow citizens, and ultimately, family and ancestors. His life and career serve not only as evidence of the power of gratitude but also as a profound lesson on living responsibly and appreciatively. Through his acts of gratitude, Lieutenant General Hieu has left an indelible mark in the hearts of the Vietnamese people, becoming a shining example of virtue and compassion, imparting to the younger generation the meaning of living beautifully with noble sacrifices.

2. The soldier's life crystallizes into valuable books

From childhood, when he began to develop awareness, the boy Nguyen Huy Hieu, born in the same hometown of Hai Hau, Nam Dinh, never imagined he would become a skilled general in the future. Throughout his life, following a natural order, he cheerfully accepted whatever came his way, without excessive expectations. Consequently, he achieved meaningful success in everything he pursued. And most naturally, his military life has crystallized into numerous books, becoming gifts for all people, not just soldiers.

A unique highlight in the life of Lieutenant General Nguyen Huy Hieu is that in every stage of his life, in every diverse field of activities, he had books left behind, sometimes he wrote, and sometimes writers and journalists wrote about him. A diverse treasure of knowledge, from military arts to environmental science, from solutions to natural disasters and threats (both internal and external), and wise life philosophies conveyed in a simple, understandable manner through his real-life experiences and insights.

In this article, let's take a moment to review those books about the life of Lieutenant General Nguyen Huy Hieu.

- ***The first impression is the collection of memoirs "Childhood Riverbank"*** *by writer Le Hoai Nam, published in 2010, based on Lieutenant General Nguyen Huy Hieu. The book portrays the childhood stories of the general closely linked to his hometown of Nam Dinh. Born in the land of "heroic spirits," Nguyen Huy Hieu's soul was imbued with* *images and the spirit of his homeland through films like "Saint's Day" and the work "The Storm" by Chu Van. This place, with over 500 churches and a tradition of patriotism, along with hundreds of temples where the evening bells resonate, laid the foundation of humanity in Nguyen Huy Hieu's character. It was also this land that gave birth to prominent figuré of the Ho Chi Minh era such as playwright Dao Hong Cam, poet Vu Quan Phuong,... The humanity, land affection, family traditions, and homeland of the son of Hai Hau Land (Nam Dinh) moved writer Le Hoai Nam, urging him to write the vivid and realistic memoir "Childhood Riverbank." The author delves deeply into the literary aspects, of human emotions during and after the war, creating a rich emotional stream that flows from the pages to the readers. Although the book is categorized as a memoir, it contains beautiful prose reminiscent of literary homeland, his journey from a soldier on the battlefield to a seasoned general. It not only portrays General Hieu of a bygone era but also depicts the painful yet heroic past, the testimony of soldiers who fought on the fiery battlefields of Quang Tri. As a valuable book containing numerous contemporary ideologies, "Childhood Riverbank" has been respectfully placed in the Vietnamese Writers' Museum, serving as a priceless resource for future generations.*

- **"The tireless steps of a Hero"** *is a collection of stories and memoirs by various authors, curated and edited by writer Le Hoai Nam, and published in 2016. The book focuses on the period when Nguyen Huy Hieu began his military service. At 17 years old, faced with the enemy's aggression, Nguyen Huy Hieu voluntarily enlisted in the army. Like many young men from his rủal area, he responded to the call of Uncle Ho, the call of the homeland's mountains and rivers, to fight for independence and freedom for the motherland and its people. On February 20, 1965, immediately after Tet, Nguyen Huy Hieu marched on foot from Hai Hau to the train station in Nam Dinh City.*

After having dinner there, he boarded a train to Nghe An, Uncle Ho's homeland. He joined the 812th Regiment, the 324th Division, and later the 27th Regiment, Front B5, focusing on training in Nghi An and Nghi Loc (Nghe An). From then on, Nguyen Huy Hieu participated in battles along the Ho Chi Minh Trail, fought in the Binh Tri Thien front, and carried out international missions in Laos. In numerous battles against the enemy, young Vietnamese soldiers fought valiantly together, including one named Nguyen Huy Hieu. In particular, the years of fighting on the battlefield of Quang Tri have left a profound mark in the memories of the general. It was the most arduous period of combat, lasting nearly 9 years. Nguyen Huy Hieu and his comrades endured the strongest and most resilient youth in the fiery land of Binh Tri Thien. Throughout the 10 years from 1965-1975, Nguyen Huy Hieu participated in four major campaigns: the 1968 Tet Offensive, the South Laos Campaign, the 1972 Quang Tri Campaign, and the historic April 1975 Ho Chi Minh Campaign. During that glorious period, Nguyen Huy Hieu was awarded the title of Hero of the Vietnamese People's Liberation Army (December 1973). Throughout his military career, the hero participated in 67 direct combat engagements against the enemy.

- ***The series on military art includes the following volumes: "A Time in Quang Tri," "Some Issues on Military Art in the War of National Defense," and "Some Issues on Foreign Defense Work of Vietnam."*** *These books are compilations of practical experiences, distilled from the essence of knowledge about the Vietnam War, meticulously curated by Lieutenant General Nguyen Huy Hieu, elevated into theories, contributing to the national theoretical framework on the art of war. After the end of the war in 1975, Nguyen Huy Hieu was sent for cultural and foreign language studies, then trained at the Middle Military School (now the Army Officer Candidate School), followed by* *the Senior Military School (now the National Defense Academy) of the Ministry of National Defense. In 1980, he was appointed as the Commander of Division 320 B of the First Corps. In 1983, he was sent to study at the Frunze Military Academy of the Soviet Union (former). He was appointed as the Deputy Commander of the First Corps in 1987, and then assigned to duty in the North. After some time, he was appointed as the Commander of the First Corps. Until 1994, Nguyen Huy Hieu continued to serve as the Deputy Chief of the General Staff of the Vietnam People's Army. In 1998, he became the Deputy Minister of Defense, responsible for various sectors, including education, military science (also in charge of the Defense Industry General Department), foreign defense affairs of Vietnam (responsible for the Vietnam-Russia Tropical Center), the Committee for Disaster Response, and the Deputy Permanent Chairman of the National Committee for Search and Rescue (dealing with mine clearance, resolving issues related to Dioxin and landmines). During that time, he authored seven scientific works on military and foreign affairs, contributing to advising the Party and the State in enhancing strategic partnerships and comprehensive cooperation with the Russian Federation. With these valuable works, Lieutenant General Hieu was elected as a member of the Military Science Academy of the Russian Federation and awarded the title of Academician in the art of war. Particularly, during his seven years as the permanent member of the Central Committee for Disaster Prevention, Search, and Rescue and the Deputy Head of the Central Committee for Flood and Storm Control, drawing from the practical experiences of war and natural disasters, Lieutenant General Hieu proposed the classic "4 on-the-spot" motto:*

- ***On-spot command***
- ***On-spot forces***
- ***On-spot materials***
- ***On-spot logistics***

The motto "4 on-spot" has been effectively applied in various fields, and even recently, during the COVID-19 pandemic, this motto has been successfully utilized for epidemic prevention.

Some books on the environment and skills include: "Vietnam-Russia Tropical Center: A new model for Scientific and Technological Cooperation", "The Military and post-war consequences resolution", "Application of the 4-on-spot motto in disaster prevention", and "Military with environmental protection strategies".

After 2021, General Hieu retired according to regulations. However, in his capacity as an Academician of the Military Science Academy of the Russian Federation, he continued to work, researching and contributing to military science, the environment, and humanitarianism. General Hieu's journey of gratitude traversed the length of the country, from north to south. Whenever he went, he met comrades, colleagues, and fellow citizens, sharing joys and sorrows, giving gifts, and reminiscing about combat memories, imparting valuable lessons for today's life. During his journeys, the ripple effect of his compassionate actions attracted more people to join hands in meaningful work, honoring and continuing the legacy of those who sacrificed their lives for our present-day peaceful life. General Hieu directly authored and published 9 books, with the 10th book he is currently working on titled "Some research issues on Vietnam's National Defense".

In recent times, General Hieu's comrades, including writers, journalists, and professional acquaintances, have documented his life through various materials and have published 11 books about him. These include titles such as "The General with the Golden Autumn", "General Thanh Nam", "The General's 9 Years at Con Rong Home", "The General with Environmental Security", "Memories of Old Battlefields and Comrades", "and "The General's Affinity with the Number 7"… The 12th book about General Hieu is also currently in progress and is scheduled for publication in 2022. The publications about General Hieu do not stop there. Professional writers continue to draw inspiration from him, continuously penning new books, like an endless flowing stream. This phenomenon occurs naturally because General Nguyen Huy Hieu allows the boundless energy of the universe to flow through him effortlessly, without the need for excessive effort on his part.

3. Study military masters to become a master in your own way

Throughout his military career, Lieutenant General Nguyen Huy Hieu went to school, experienced actual combat, learned from experience, transformed it into new lessons, continued to study, research, and then returned to apply them in practical defense work. Through this process, he elevated these insights into valuable theories for military science and the art of warfare. This cycle of living, fighting, and engaging in meaningful work made him not only a military scientist but also a transmitter of life values to many.

Entrepreneurial aspirations to become a master

Lieutenant General Nguyen Huy Hieu confided that when he was 17 years old, he had dreams that urged him to find a way to realize them. Like many young men full of vigor during the fervent era of nationwide determination to sweep away the invading Americans, young Nguyen Huy Hieu also aspired to become a soldier of Uncle Ho. He planned: he would go fight the enemy, liberate the South, unify the country, and win national independence; Then, when the country is at peace, he would become a teacher and teach.

Due to the historical circumstances of that time, Nguyen Huy Hieu knew there was a major obstacle preventing him from realizing his dreams. He was born into a family belonging to the middle peasantry, so striving for advancement in the military would be exponentially more challenging. Understanding his situation, and with the temperament of an enthusiastic young man, in the face of difficulties, he did not falter. Instead, he cheerfully focused on his goals to overcome obstacles. He firmly believed that nothing was impossible, and as long as he worked multiple times harder than those with more favorable circumstances, he would undoubtedly achieve success.

Nguyen Huy Hieu honestly declared his family and personal information when reviewing his military background. The organization conducted a three-generation background check: himself, his father, his grandfather, and found it very difficult for him to be admitted into the Party. He needed to prove himself through outstanding combat performance in order to overcome the Party's challenge. Nguyen Huy Hieu joined the military in 1965 and fought under the most harsh conditions, facing the toughest challenges. By 1967, he was awarded the title of "Determined to Win Soldier". It was timely as at that time, the General Political Department issued a directive stating that soldiers who had demonstrated exceptional courage in combat would be promoted to officer rank, appointed as Second Lieutenants. Therefore, in the Mau Than year of 1968, Nguyen Huy Hieu was promoted to Second Lieutenant. He overcame the difficulties of his upbringing, which further affirmed his determination that with effort and the right direction, he could change his destiny.

In April 1970, after the battle to annihilate the American mechanized infantry cluster in Sap Da Mai, Tan Kim, Cam Lo (Quang Tri), Nguyen Huy Hieu was appointed as the Commander of the 3rd Battalion, 27th Regiment, B5 Front. In the following months of arduous and illustrious combat, he overcame numerous new challenges filled with danger and fierceness. Thanks to his glorious achievements in combat and victories, in December 1973, Nguyen Huy Hieu was awarded the title of Hero of the People's Armed Forces for the Liberation of South Vietnam. To achieve this feat, he surpassed hardships and challenges multiple times greater than those faced by ordinary cases.

Revealing the path through military masters

Until now, General Hieu can be certain that it was due to his background which was not unfavorable, hindering his pursuit of an officer's career, that he exerted multiple times more effort in combat and sought every opportunity to enhance his knowledge and skills. Therefore, his learning journey was blessed with proximity to senior commanders who were eminent intellectuals. These included Commander Le Trong Tan, Political Commissar Le Quang Dao, General Le Tu Dong, General Hoang Minh Thao, General Cao Van Khanh, among others. They were revered mentors who not only imparted knowledge and experience to Nguyen Huy Hieu but also recognized his immense potential for development. Consequently, they provided opportunities for this young officer to strive and elevate his learning to a higher level. Thanks to that, despite the most arduous years of fighting on the B5 Front, Nguyen Huy Hieu continued to learn and develop his military knowledge foundation. He especially remembered a warm remark, which embodied the wisdom and compassion of a mentor-commander: "Hieu has such talent, yet letting him keep fighting like this, if he dies, it will be a great loss. He should be sent back to study, he will be a source of future development for the country." Until now, General Hieu remains grateful to his mentors, who, without prejudice against his background, facilitated his progress in the military. Each general imparted invaluable lessons: Commander Le Trong Tan taught the art of attack; General Le Quang Dao had political courage; General Hoang Minh Thao emphasized the skill of summarizing practical experience into theory...

In 1975, when the war ended, it was these mentors who sent Nguyen Huy Hieu for training both domestically and internationally, so that he could fully develop his abilities and contribute to the country's defense and military science. They believed that with systematic training abroad, equipped with advanced knowledge, Nguyen Huy Hieu would excel even further in his stengths, and his contributions would have a wider impact.

However, his studies were not always smooth. General Hieu said that there was a time when the organization wanted him to return to work for the Youth Union in Nam Dinh province. He knew the good intentions of the organization, that from his position working in the Youth Union, he would be promoted to higher positions more easily. However, he realized that in doing so, he would need to invest all his time into that path, leaving no room for studying and deepening his knowledge of military affairs, his forte. After consideration, Nguyen Huy Hieu recognized that his childhood dream was to be in the military, to become a military scientist. Therefore, he needed to stay focused on his strengths and delve deep into military science reseach to fully develop his abilities to serve the country and its people, contributing to national defense at the highest level. He boldly exxpressed thiss aspiration to the responsible individuals within the organization, stating hiss desire to continue hiss studies and purrsue hiss strengths as a military scientist. After that, comrade Dang Quoc Bao also suggested that Nguyen Huy Hieu work at thr Central youth Union for furrther development. However, he still requested not to assume that position in order to continue his studies. In October 1994, when he was appointed as the Deputy Chief of General Staff of the Vietnam People's Army, there was a suggestion for him to take on the role of the head of the Logistics General Department. However, he felt that although the position might offer many advantages, it would deviate from his personal development path. Therefore, he sincerely communicated this with the organization and was allowed to continue his path in military science.

Integrating aspirations with strengths

Looking back on the process of learning, teaching, and transmitting knowledge through various channels, General Hieu feels happy that he has fulfilled his dream in line with his strengths and maximized his abilities to serve society and life. He shares that every young person has dreams, but it's important to be cautious with one's own dreams, to determine whether those dreams align with their strengths. When integrating dreams with strengths, one should persevere in pursuing them. Despite difficulties and challenges, one should not give up, be sincere with oneself and honest with colleagues, and resolutely pursue their goals. It is in difficulties and severe challenges that intellectual strength is best trained, and people develop the will and courage to reach their destination. Only in this way can all efforts throughout life achieve meaningful accomplishments.

In 1972, after enduring hardships on the battlefield, General Hieu had the oppotunity to study at the Intermediate Military Academy. Following his studies, he was retained as a tactics instructor for six months. It was during these six months of teaching that he accumulated diverse and invaluable experiences from soldiers on the battlefield in the South. He realized that teaching is, in fact, the most profound and effective form of learning. To impart knowledge to students, the teacher must gather practical knowledge and synthesize it into dynamic and persuasive lectures.

During the process of researching for his Ph.D. dissertation (now equivalent to a doctoral degree), General Hieu learned from Professor - Lieutenant General Hoang Minh Thao about how to summarize and write scientific books. Thanks to this, during his time working at the Ministry of National Defense from 1994 to 2010, he authored 7 books - 7 works of military science, contributing to the treasury of Vietnamese military science. On October 15th, 2011, he retired but continued to work at the Institute's office, fulfilling his wish to continue contributing to military science, environmental work, and humanitarian activities, expressing gratitude to martyrs, veterans, and revolutionary families. In his daily work, whether in the field, writing books, or conducting research, he always disseminated and shared valuable knowledge with the community, teaching in his own unique way. He has been, is, and will always be a military figure, a scientist, and an educator making significant contributions to the people and the nation.

4. A rose beside the talented general

For a long time, during the season of gratitude, Lieutenant General Nguyen Huy Hieu and his comrades continued their march in peacetime back to the old battlefield, searching for their comrades. Beside him on these journeys, there had always been a quietly caring rose. The gentle, humble woman exudes a subtle yet refined beauty, embodying the sophistication of an intellectual woman—that woman was Mrs. Lai Thi Xuan, the wife who had been by his side for over four decades.

Mrs. Lai Thi Xuan was a reserved individual, always discreetly declining media attention and quietly standing by his side during important official events. Unlike what many people speculate, that Mrs. Lai Thi Xuan merely fulfilled the solid rear support role to allow General Nguyen Huy Hieu to focus his energies on commanding in battle and leading, as well as scientific research. However, Mrs. Lai Thi Xuan not only fulfilled that role but was also a skilled doctor.

Looking at Mrs. Xuan's graceful demeanor now, few would imagine that she once endured extreme hardships during her childhood. In 1950, Mrs. Lai Thi Xuan was born into a poor family in Hamlet 5, Hai Long commune, Hai Hau district, Nam Dinh province. Her parents had four children, and she was the youngest. When she was one year old, her father passed away, and her mother struggled to raise the four surviving children amidst famine and epidemics in 1954. Her tough childhood instilled in her a strong determination: to study diligently to overcome poverty and to pursue a career in medicine to help the poor and save lives.

Little Xuan back then was petite and diligent, she was brighter and had a thirst for knowledge compared to her peers from the time she started schooling. She excelled particularly in mathematics. Upon entering high school at Hai Hau, Xuan performed exceptionally well in natural sciences. In the University Entrance Examination of 1968, she achieved high scores and was selected to study abroad at the Odesa Medical University (formerly part of the Soviet Union). Throughout her 7 years of study in the Soviet Union, Xuan was always aware of the necessity of acquiring good knowledge to serve her homeland and its people. Russian professors and friends from various countries deeply admired the petite and diligent Vietnamese student named Lai Thi Xuan for her dedication and hard work in her studies.

After graduating, returning home, Mrs. Xuan was assigned to work at E Hospital in Hanoi. Thanks to her dedication to the healthcare profession, Mrs. Xuan actively contributed to building an outstanding unit, enhancing the quality and effectiveness of work in her area of responsibility. She earned the respect of her colleagues and direct supervisors, as well as the love and appreciation of patients and the public. She was honored by the state with the title of Excellent Doctor for her contributions.

General Hieu was lucky to have a virtuous, capable, and prosperous wife. He also had grown children who had matured and had their own happy lives. At this point, he could completely enjoy peace of mind and happiness with his descendants. He shared that to have such a warm and complete family while he was always busy with military duties, much credit was due to his talented wife. Without stepping back, she continued to advance alongside him, developing her own career beautifully while still managing household affairs meticulously and caring for and educating their children. This was a success of a woman worthy of admiration and honor.

General Hieu considers himself lucky to have Mrs. Xuan as his lifelong companion. For over 40 years they lived together, and even though life went through many ups and downs with the country: wars, difficult periods of economic hardship, and the challenging early years of economic liberalization - they remained together. They raised their children to become successful individuals, guiding them through education and supporting them in their own careers and paths. This, to General Hieu, is the priceless treasure of their family.

General Hieu said that Mrs. Xuan was indeed his best personal doctor. He endured harsh combat conditions, even facing exposure to harmful chemicals from bombs and bullets, which inevitably impacted his health to some extent. However, thanks to Mrs. Xuan's constant care and her ability to find recipes to improve his daily health, he maintained his strength and endurance, never feeling fatigued even until now. Upon retirement, his greatest happiness was being able to spend more time with her, especially relishing the simple yet delicious meals she cooked for him. He enjoyed every dish she prepared, especially those traditional Russian dishes she learned during her 7 years of study in Russia, particularly the Russian salad, which he and his family friends enjoyed immensely. It became Mrs. Xuan's signature dish. As for General Hieu, having spent many years on the battlefield, he became adept at two simple cooking methods: boiling and stir-frying. For soldiers in difficult conditions on the front lines, boiled and stir-fried dishes were the most convenient. Therefore, in the family, Mrs. Xuan took charge of household chores. However, General Hieu had a unique way of caring for his wife. Whenever Mrs. Xuan was absent from gatherings with friends and a delicious dish was available, he always made sure to save a portion for her.

The greatest thing that General Hieu is always grateful to his wife for is her dedication to raising their well-behaved and thoughtful children, even when he was busy with work and rarely had time at home. To have such obedient and accomplished children and grandchildren today, much credit goes to Mrs. Xuan. General Hieu believes that the greatest happiness in life is having virtuous descendants and enjoying good health, living peacefully until the end of one's life.

Love at an older age also means being together and always thinking about each other. Whether on diplomatic missions, field trips, visits to comrades in remote areas, people in the countryside, charity trips, gratitude to comrades, or participation in environmental protection activities,... her image as an elegant and gentle lady with a radiant smile has become a distinct value of the distinguished battlefield general.

Kiều Bích Hậu 143

5. Three Special Tet celebrations of the military career

Having experienced over 70 springs of life, there are three springs that General Nguyen Huy Hieu remembers more vividly than all others, because they have impacted not only him but also marked significant movements influencing the country's independence and long-lasting peace. Memories of those three springs always come and go with General Hieu, and each time, they seem to penetrate even deeper.

Spring 1965 - an exciting Tet, full of hope

During his military career, the Lunar New Year in 1964 and the spring of 1965 were very exciting for Senior Lieutenant General Nguyen Huy Hieu. At that time, General Hieu was a passionate young man, carrying within him big aspirations, having enlisted to become a soldier under Uncle Ho's army, participating in the fight against the enemy to liberate the South, and reunify the country. During the conscription campaign, he was drafted, and that Tet was an occasion for family, organizations, and friends in the villages of Hai Long and Hai Hau (Nam Dinh) to organize a farewell ceremony for the young recruits. Tet, preparing to go to the battlefield, was a bustling Tet, yet also the most joyful. Everyone wanted to have a grand Tet, treating those about to depart for the battlefield with the most delicious dishes, and in terms of spirit, sending them off with abundant affection.

General Hieu reminisces, "Those of us who enlisted together that year were invited to the Con Market studio to have our photos taken. Even though we hadn't been issued uniforms yet, we were lent beautifully tailored uniforms to wear for the occasion. Each of us had a solemn portrait taken in the immaculate uniform, which we brought back home to hang on the wall."

During Tet, apart from the traditional house decorations, gatherings, and visits to relatives and friends, we Vietnamese also highly value Tet food. Welcoming the spring of 1965 in Hai Long and Hai Hau, families with sons enlisting in the military wanted to prepare many delicious dishes. Near Tet, during the flood season, people drained water into the fields being prepared for drying and brought various types of fresh fish into the flooded channels. Most of them were freshwater fish, river fish, and even some from the sea. Young men like Nguyen Huy Hieu and his friends went fishing in the fields. Needless to say, it was an unforgettable joy in the memories of anyone who had lived in rural areas, regions with rivers and waterways. Fishing during the flood season before Tet had become a familiar activity deeply rooted in the rural life of Hai Long and Hai Hau. On the nights before the thirtieth night, under the pitch-black sky, only the flickering lights of fireflies mingled with the starlight in the deserted cemetery outside the village, along with the flashlight beams from those going to fish, creating a surreal atmosphere. Schools of carp, some as big as a forearm, swam in succession into the flooded fields, sometimes including fish from the sea, river carp, catfish, but mostly carp. The large carp, weighing up to 2-3kg, were the easiest to catch. Some nights, a person going to inspect the flooded fields for fish could catch several kilograms of them. The beautiful nature of the countryside always knows how to please people's hearts. With the catch of carp, Mr. Hieu brought them home to make ginger-infused braised fish. The rural people continued to eat braised carp for Tet. Each large carp was braised individually in a clay pot, braising the entire fish. Laying ginger at the bottom of the pot, placing the carp inside, adding fish sauce, salt, and water until the fish is submerged, braising until the water reduces, then transferring the whole fish onto a plate with a layer of ginger leaves underneath, the fish meat was tender, fatty, fragrant, rich in flavor with the taste of ginger. Each Tet feast always needed a braised carp in a clay pot like that. It was a special delicacy in the rural feast, to cherish and remember in the hearts of many sons, and soldiers from Hai Long and Hai Hau who went to the battlefield. Despite the difficult circumstances, during that Tet, families still tried to provide a full feast, besides the braised carp caught from the fields, there were boiled meat, sausages, sticky rice, and square glutinous rice cakes,... to treat their children before they went to the battlefield, enduring immense hardships.

In the village, everywhere was adorned with flags and banners. Each hamlet welcomed Tet with coconut leaf gates, with two banners on each side saying "Long live the Communist Party of Vietnam!" and "Long live President Ho Chi Minh!". After Tet, during the soldier's send-off ceremony, the girls in the village brought handkerchiefs embroidered with two doves, the initials of the soldier they cherished, and their own name intertwined, wrapped around 5-7 pomelo flowers, and presented them to the soldiers. Hometown soldiers carried these handkerchiefs throughout the battlefield, always kept in their backpacks. Those who returned alive brought their handkerchiefs back, while those who sacrificed, their comrades sent them back to their families or that particular girl. In the neighborhood where Mr. Hieu lived, Mr. Pham Trung Binh, Mr. Thong, and Mr. Huyen,... who enlisted with Hieu that year. Those who are still alive and have returned after the war, now at 74, 75 years old, all feel nostalgic when remembering the Tet welcoming the spring of 1965, a Tet that can never be forgotten in the hearts of those who went to fight the enemy.

General Hieu reminisces: "Back then, Northern birds, as big as geese, would fly to the fields to catch shrimps. In the evening, they would sleep by the graves outside the fields, or in tall grass, where hay was piled up. We also caught sky birds to use as New Year's offerings. Some weighed over 3kg. The environment in my hometown back then was wonderful. Whenever we went to the fields, we caught fish and birds for food. Besides the big birds, there were also field mice in the potato fields, herons, storks, and egrets... bringing back ingredients for very delicious dishes. Now they are no longer there."

Spring 1968 - welcoming Tet while on military duty

That Tet welcoming the spring of 1968 was truly deeply felt by the general. At that time, soldier Nguyen Huy Hieu and his comrades celebrated Tet while on military duty, preparing for the campaign. To boost morale among the soldiers, a wall newspaper program was initiated. Hieu (who was then a platoon leader) and his comrades wrote newspapers, and composed poetry; whoever had talent in any genre would create works in that genre. Hieu wrote a poem titled "Tet far from Mother's Hometown," which his comrades liked, learned by heart, and recited throughout the Tet holiday in the forest. The poem, along with other articles and essays in the wall newspaper, was brimming with enthusiasm, expressing the determined spirit of victory and optimistic outlook on life of the young soldiers, as well as their mutual feelings and encouragement for each other when spending Tet away from home... The newspaper was made from scraps torn from fake books, and articles were written on paper with pencils obtained as spoils of war from American troops. Despite this, the wall newspaper was also illustrated with drawings of Uncle Ho, soldiers, scenes of hometown Tet, and musical instruments... created with the talented hands and imaginative minds of the soldiers. Some soldiers were former students of engineering, architecture, or art schools, who were very skilled in illustration. They even crafted musical instruments from items collected in the forest or along the march route, and in the evenings, whether in shelters or in the forest, they adorned with forest banana flowers, orchids, and potato flowers for decoration, then read newspapers, recited poetry, sang for each other, and shared amusing stories. Everyone was optimistic, believing in the victory of the revolution.

Tet 1975 – careful preparation and training

The Tet holiday preparing to welcome the spring of 1975 was a truly peaceful and abundant Tet, a Tet where General Hieu stayed in the

North, enjoying the familiar delicacies of the Northern region. The soldiers had a delicious Tet, preparing themselves psychologically and training ready for battle, ensuring victory in liberating the South. At that time, Nguyen Huy Hieu was the commander of the 27th Battalion (320B Division, under the First Corps). He led the battalion to build dikes in Yen Khanh (Ninh Binh) to deceive the enemy, making them feel assured that our main force was not prepared for combat. However, in reality, the troops of the battalion were being trained meticulously, preparing for guerrilla warfare. Thanks to the sufficient and joyful Tet holiday in peace, the soldiers regained their strength and improved their skills and tactics. By April 1975, our entire army and people had carried out the campaign of "forcing the Americans to flee, overthrowing the puppet regime," fulfilling the testament of President Ho Chi Minh, for "North and South to reunite joyfully in spring!

6. Memories of studying at the Frunze Acadamy in the Soviet Union

Many people know that Senior Lieutenant General Nguyen Huy Hieu was an Academician of the Academy of Military Sciences of the Russian. But not many people knew why a Vietnamese general was elected by the Academy of Military Sciences of the Russian as its Academician. With a prestigious military science institute that was ranked top in the world, its academicians needed to achieve very high criteria. Lieutenant General Nguyen Huy Hieu was the first Vietnamese to be elected as an Academician (art of war) of the Russian Academy of Military Sciences, so it was certain that his military life on the battlefield, as well as his scientific research, had achieved great values in military science.

As a result, the criteria he achieved to be elected as an Academician, up to now, has not been reached by anyone in Vietnam. Nguyen Huy Hieu went to the Soviet Union in 1977. Later, in the early 1980s, the Ministry of Defense assigned him to bring four Vietnamese division commanders to be trained at the Frunze Military Academy of the Soviet Union, and he obtained an Excellent degree from the Academy.

Reflecting on his time studying at the Frunze Military Academy of the Soviet Union in 1980, Lieutenant General - Academician Nguyen Huy Hieu (former Deputy Minister of Defense) still deeply appreciates the Soviet Union's method of teaching fundamental knowledge. So that from that basic knowledge base, when returning to Vietnam and applying it to practical defense work, we can create appropriate and highly effective military solutions.

In the Soviet Union, or in other socialist brotherly countries, individuals trained at the Frunze Military Academy were regarded as highly skilled and took great pride in studying at this prestigious institution. The Frunze Military Academy was a school that trained commanding officers of combined arms regiments in the Soviet military. The campus was located on Lev Tolstoy Square, opposite the Vietnamese Embassy. The academy had one Director, one Deputy Director in charge of Scientific Research, and one Deputy Director in charge of Education and Training. The Director held the rank of General, while the Deputy Directors were mostly Lieutenant Generals. Below the academy, there were Training, Research, and Technical Assurance Boards, a School Board, an Academic Board, and a Teaching Method Committee.

The units responsible for teaching and ensuring education were the Campaign and Tactical Teaching Research Department, the War History and Military Academic History Teaching Research Department, the Foreign Language Teaching Research Department, the Scientific Research Exhibition Department, the Library, etc.

The admission criteria for students were extremely strict, requiring graduation from advanced command schools of combined arms, having served in the position of battalion commander for at least 2 years, having practical experience in commanding platoons, demonstrating good combat skills, being under 38 years old, and holding the rank of Lieutenant or Captain. Admission was through leadership recommendation, individual assessment, and selection of outstanding candidates. The entrance exams typically included subjects such as Russian language, mathematics, physics, literature, tactics, technical equipment, etc.

With such stringent admission criteria, Nguyen Huy Hieu had a rich background in practical combat. He had been through 67 direct engagements, and most of them were remarkably successful without suffering casualties. Amid the life-and-death struggle and fierce daily combat during the war, where strategic thinking was crucial to securing victories in each battle, soldiers focused on the highest objective, which was to decisively win. From the years 1965 to 1975, especially from 1968 to 1975, Nguyen Huy Hieu established a remarkable presence on the battlefield. With a resolute fighting spirit and high efficiency, Nguyen Huy Hieu progressed from the position of a private soldier to a team leader of three, platoon leader, company commander, and further battalion commander, and eventually to regimental commander. Across various battlefields, numerous soldiers were inspired by their officers' accounts of Nguyen Huy Hieu as a shining example of resilience and outstanding effort. The image of the hero Nguyen Huy Hieu sparkled like a legend in the eyes of his comrades when they first heard stories about him without ever meeting him. But in the heart of soldier Nguyen Huy Hieu at that time, there was only one determination: to defeat the American enemy, liberate the South, and unify the country, deep in his heart he remembered President Ho Chi Minh's words: "Nothing is more precious than Independence, Freedom". How could an ordinary soldier become a hero in battle? What kind of spiritual energy propelled him into the life-and-death struggle with extraordinary courage and victory? Back then, in General Hieu's backpack, there was always the book "How the Steel Was Tempered" by writer Nikolai A. Ostrovsky. The image of Pavel Korchagin with his philosophy of life, his indomitable will, and the steel spirit in the book helped him, as well as many Vietnamese soldiers, overcome all hardships in battle to achieve victory and liberate the country. Reading and memorizing the entire book, applying the steel spirit to every action and deed in battle, and not only that, from that moment on, Soldier Nguyen Huy Hieu understood an extremely important lesson, that every word can contain immense power. And he quietly accumulated experiences to later write nearly a dozen books on Vietnam's military science and the art of war, helping Vietnam always triumph over invading enemies.

With his combat achievements on the battlefield, Nguyen Huy Hieu was chosen by his superiors to attend further education, in accordance with his own aspirations, to become a source of development for the future strategic forces of Vietnam's national defense.

In the 1980s, the Vietnamese Ministry of Defense was supported by a system of military advisors from the Soviet Union. From the position of Minister of Defense down to the Army Corps, including the 1st Army Corps, all had military advisors from the Soviet Union. At that time, Nguyen Huy Hieu was serving as the Commander of the 390th Division. The 308th Division, which was the pioneering mechanized infantry division (belonging to the 1st Army Corps) of the Vietnam People's Army, also made history in Vietnam. General Hieu remembers that during that time, there was a Soviet General who was an advisor to the General - Minister of National Defense Van Tien Dung. This man had been wounded in combat and walked with a limp. He was one of the most experienced and decorated generals. Additionally, there was a Soviet Major General serving as an advisor to the Commander of the 1st Army Corps, 308th Division.

During their tenure as military advisors to Vietnam, the Soviet Union conveyed numerous military experiences, tailored to flexible realities that were suitable for Vietnam's conditions. And at the same time, the two countries' Ministries of Defense signed an Agreement on the exchange of working and study delegations. According to this agreement, Vietnam sent delegations to the Soviet Union for military education and exchange of experiences. General Van Tien Dung, the Minister of Defense, and General Le Trong Tan, the Chief of the Army General Staff, decided to send the first delegation of students to the Soviet Union to study and exchange experiences at the Frunze Military Academy. The main purpose for the delegation was to study strategic planning. The Frunze Academy, under the Soviet General Staff, was a specialized institution for training Soviet leaders in strategic planning.

In 1983, Nguyen Huy Hieu, then a Colonel and the Commander of the 390th Division under the 1st Army Corps, was appointed as the class president and the Party Secretary of the delegation. The first delegation to study at the Frunze Military Academy consisted of four comrades: Colonel Nguyen Huy Hieu, Colonel Nguyen Phuc Thanh, Colonel Le Quang Binh, and Colonel Nguyen Van Men. All four comrades had already served as division commanders and were sent to the Soviet Union for nearly a year of study at the Frunze Military Academy. This was considered the first practical training course for Vietnamese division commanders at the professional military academy of the Soviet Union.

With permission from the Vietnamese Ministry of Defense, the group of students was allowed to share with Soviet instructors all the experiences gained during the resistance war against the United States to save the country, experiences in which the division commanders had directly participated in fighting to liberate South Vietnam and unify the country. Since the Soviet Union was a reliable partner of Vietnam, the exemplary battles were incorporated into military training courses at Vietnamese institutions and were also shared with the Soviet side.

During their studies at the Frunze Military Academy, the delegation was trained in Soviet military operational planning, strategic planning, and the art of war, which were outstanding aspects of the Soviet military. As a Military Academy of the General Staff, they focused on teaching the delegation the basics of operational and strategic planning. General Hieu was particularly impressed with the knowledge gained here because previously, in Vietnam, he had sought such education without success. Throughout history, the Soviet Union had experienced homeland defense and World War II, providing valuable lessons and experiences. Many armies around the world sought to learn from the Soviet Union's military art. General Hieu remarked, "The best thing about the Soviet Union is its solid basic training. From that foundation, we can innovate and develop practical applications in Vietnam." The Vietnamese student group was meticulously introduced to the Soviet Union's exemplary battles during World War II and imbued with the heroic military tradition of the Soviet Union. The instructors also provided thorough instruction to the Vietnamese students on the equipment of the Soviet Armed Forces, including the army, air force, navy, combined arms units, atomic warfare tactics, and more.

In particular, Vietnamese students were taught to drive and shoot with the PM-B1 tank. The student group went through two steps: first, they studied theory on computers, and then they practiced hands-on, going to the regular shooting range, driving the tank, and practicing shooting exercises. At that time, General Nguyen Huy Hieu was very pleased to achieve an excellent score in practical shooting with the PM-B1 tank. Thanks to this special training program, Nguyen Huy Hieu and his classmates absorbed the entire invaluable basic military knowledge of the Soviet Union. Upon returning to Vietnam, they creatively and flexibly applied this knowledge to various situations and conditions in their country. The fundamental military knowledge from the Frunze Military Academy helped General Hieu develop a mindset for operational planning, military strategy, and later, for applying teaching methods in Vietnam, ensuring that students could creatively absorb the principles of warfare and military art in the conditions and methods of fighting against the enemy in Vietnam's people's war.

"Thanks to the basic knowledge, along with Soviet weaponry, during combat, the Vietnamese military applied creativity and appropriate improvements. This enabled us to use Soviet Sam-2 missiles or new Mig-21 aircraft to shoot down the flying fortresses B52s of the United States. The key was relying on the foundational knowledge learned, which helped develop our capacity for holistic thinking and knowing how to be entirely proactive and creative in combat," emphasized General Hieu.

The curriculum at the Frunze Military Academy also included studying various military branches: Navy, Air Force, Ground Forces, Chemical Warfare, Communications, Electronic Warfare, etc. Everything that the Soviet military possessed was taught to Vietnamese students. After receiving basic knowledge, the student delegation returned to Vietnam and continued to research, explore, innovate, and apply their learning in practical ways. They utilized Vietnam's own intelligence and strengths to create a culture and art of people's war military strategy in Vietnam.

General Nguyen Huy Hieu also shared that during his time studying in the Soviet Union alongside his comrades, they were all greatly respected by their instructors. The Frunze Military Academy favored students from Vietnam the most, so they sent a group of the most skilled and experienced teachers to instruct and train the Vietnamese students. These instructors were mostly elderly, some of whom had experienced wars and participated in significant battles. It was somewhat amusing that the seniors sitting in the classrooms looked down at the academy yard and saw students from Mongolia, Cuba, North Korea, Syria, Liberia, and other African countries being guided by young and beautiful instructors, while the Vietnamese students were being instructed by older teachers, which raised some curiosity. Later, it was explained that Vietnamese students were prioritized to be taught directly by the best instructors because Vietnam was a country enduring prolonged warfare.

Moreover, every Saturday evening, the teachers organized small workshops in their rooms and invited Vietnamese students to attend. These mini-workshops were very intimate and friendly, eliminating the distance between teachers and students as everyone gathered together to drink tea, hot coffee, enjoy cakes and candies, and share knowledge and information. It was not just about war and battlefield experiences; both sides, teachers and students, also shared stories about culture, art, cuisine, traditions, and customs. The teachers enjoyed hearing Vietnamese students share stories about the Vietnamese people's traditions of nation-building and preservation, as well as the cultural traits of the 54 ethnic groups. Conversely, Vietnamese students enjoyed learning about topics not usually covered in class, such as Russian culture, famous art forms, the characteristics of the 14 Soviet republics, regional customs, and lingering questions and misunderstandings from class... Though this knowledge was supplementary, it was very useful for both Vietnamese students and Soviet teachers, helping both sides understand each other's cultural essence and traditions. In cultural exchanges, there were no taboos as in military matters, so the interactions between teachers and students during these Saturday evening workshops were often warm and relaxed. What General Hieu remembered most upon returning to Vietnam were these truly enjoyable evening workshops. Soviet instructors also noted that Vietnamese students were the most diligent and studious, rarely going out for entertainment, and sometimes not daring to go out at all. According to military discipline, they did not date Soviet girlfriends like students from other countries but focused on their studies, occasionally going skiing, swimming, hiking, or attending art events...

A year of studying in the Soviet Union left many fond memories in General Hieu's heart. He greatly admired the Russian style and soul. He also had a deep love for the pinnacle of art in this country. Whenever he had the opportunity, he would go to the Bolshoi Theatre to watch the Swan Lake ballet, visit the golden theater, tour the Black Sea Fleet in Odesa, explore the magnificent architectural structures in Leningrad, and visit sites of famous battles. In general, life and study during his time in the Soviet Union were quite impressive and enjoyable. During the periods of intense training and high pressure, General Hieu always overcame them, as he had experienced war, participated in 67 direct combat engagements, and thus possessed strength, endurance, and high discipline. Studying in the Soviet Union was a very pleasant time for him and other commanders as they had access to an ample supply of food. General Hieu particularly enjoyed Russian salads and black bread. Russian cuisine suited his taste, especially milk, butter, cheese, soup, stewed pork,... In nearly a year of living, studying, and engaging in activities in the Soviet Union, General Hieu gained 10kg and enjoyed excellent health.

Additionally, there were enjoyable exchange sessions between Vietnamese students and all students from other countries studying at Frunze, including countries within the socialist bloc: African countries,

Cuba, Mongolia, North Korea, etc. In these sharing sessions, there was also intelligence from the Soviet Union and information about Vietnam's war experience with the United States. This was a valuable treasure trove of experience for Vietnam, for other countries, and even for the Soviet Union in its future dealings with the United States.

After nearly a year of studying at the Frunze Military Academy, General Nguyen Huy Hieu graduated with honors. Because the academy covered a wide range of subjects, he often woke up very early to study on his own. If there were things he temporarily didn't understand or couldn't find in books, he would make notes to ask the teachers later. He also passed many rigorous exams. Among the many subjects, he liked Military Art and the Art of Operational Planning and Strategy the most. In fact, operational planning was even more difficult, but for General Hieu, the harder the subject, the more he enjoyed studying and delving deep into it. Later, when he became a member of the Russian Academy of Military Sciences, General Nguyen Huy Hieu wrote 7 valuable military scientific works, contributing to his homeland.

Having restored peace, General Hieu spent over a decade working on defense diplomacy between Vietnam and the Soviet Union, later Russia, as the Co-Chairman of the Joint Committee for Military-Technical Cooperation between Russia and Vietnam. He contributed to elevating the relationship between Vietnam and Russia to the level of strategic partnership and comprehensive cooperation. Serving as the Co-Chairman of the Vietnam-Russia Tropical Center Management Board for nearly 10 years, General Hieu also participated in three major research projects on tropical durability, tropical medicine, and tropical ecology, helping enhance the combat capability of the Vietnamese armed forces.

In human resource development, especially for talented individuals, the Russian side always focuses on creatively applying learned knowledge in practice. As General Hieu shared, alongside providing solid fundamental knowledge, the training methods in Russia also encourage learners to innovate within their fields of study. With the basic knowledge acquired in school, learners must know how to flexibly apply that knowledge in real-life situations to achieve good results, only then does that knowledge become valuable.

In his capacity as an Academician of the Russian Academy of Military Sciences, General Hieu is deeply grateful to Russia for training numerous personnel for the Vietnamese People's Army in various fields, including himself. With his intelligence and dynamism, he quickly absorbed the essence of Russian culture and intellect, returning to contribute significantly to Vietnam. He diligently conducted research to write several valuable books, among which the notable ones are "Some Issues of Vietnam's Military Art in the War of National Defense," considered a precious handbook for anti-invasion efforts, and "Applying the 4-on-the-Spot Principle in Disaster Prevention" which is not only extremely useful in disaster defense but also applicable in various other fields.

One of the factors that helped General Hieu build a glorious military career was his lifelong commitment to learning from both education and life experiences. He creatively applied the basic knowledge acquired in school directly to combat and training realities. Then he summarized his practical experiences into scientific theories to serve the army's and people's interests. General Hieu's membership in the Academy of Military Sciences of Russia, appointed by the Russian Academy of Military Sciences, was an accurate assessment from the friend's side of military talent in both theoretical (scientific research) and practical (on the battlefield) aspects. This case is very rare. So, after General Hieu, which military talents will continue this legacy?

Perhaps, for the emergence of new military talents in Vietnam, there needs to be innovation in the training methods. This means not only emphasizing excellent academic results but also creating conditions for talents to freely develop their ideas and create practical values for the pressing military issues of the country today, as well as for the task of building and defending the homeland in the future.

7. Times that General Hieu visited Thi tree in Khong Palace

Lieutenant General Nguyen Huy Hieu (Former Deputy Minister of National Defense) usually visits Thi tree at Khong Palace several times a year. He comes here to contemplate the miraculous events in history, to listen to the echoes of the ancestors' teachings, and to offer a prayer for the country.

General Hieu's most recent trip to visit the thousand-year-old Thi tree at Phu Khong was in October 2020. The weather was beautiful at the end of autumn. He traveled with a group of writers, journalists, and close officers to attend the 1041st-anniversary commemoration of the Nguyen family's ancestor, Duc Thai Thuy - Thai Te Dinh National Cong Nguyen Bac in Gia Phuong (Gia Vien, Ninh Binh). After the ceremony, General Hieu, along with the group of writers, journalists, and military officers, set out to visit Thi tree at Khong Palace (located in the Trang An scenic area, Ninh Binh).

The group went down to the Trang An wharf and boarded small boats to cruise along the peaceful Sao Khe River flowing through the valley between two mountain ranges towards Phu Khong. The boats had to go through five to seven deep caves, passing through the heart of the mountains, to reach Khong Palace. Suddenly, General Hieu changed his posture, he didn't sit in the boat to admire the scenery as usual. Instead, he quietly lay down in the boat, gazing up at the sky. It was not sunny so he could comfortably admire the sky and clouds, observing the cave ceiling from a unique perspective. Everyone in the group was surprised and laughed at his choice. Personally, I thought it was an action that showed the unique and creative personality of this dynamic and wise general. I also imitated him, lying down in the boat for a stretch, and felt truly relaxed, experiencing the landscape in a different way. From a distance, we could see the thousand-year-old Thi tree casting shade over the roof of Khong Palace. The scenery was like a painting, with the cool, flowing river, the wharf to Khong Palace, and the dense green canopy of Thi tree gently shading on a sedimentary yin-yang tile roof.

General Hieu said that this Thi tree has lived for thousands of years, associated with the Nguyen lineage of his ancestor Nguyen Bac within his family. Beneath the canopy of this Thi tree in Khong Palace, seven high-ranking officials, including Nguyen Bac, once shared a cup of poison as an act of loyalty, carrying with them the secret of the true tomb of King Dinh Tien Hoang to the other world. General Hieu and the Nguyen lineage from his hometown of Gia Vien, Ninh Binh, took great pride in the reputation of Nguyen Bac and always upheld the tradition of loyalty to the nation, which their ancestor exemplified.

This Thi tree besides its enduring vitality, possesses a truly mysterious characteristic: on the same branch, it can bear two different types of fruits, round and flat, when in season. It is the only Thi tree in Vietnam that bears two types of fruit on the same tree. The tree stands tall and straight, with lush green leaves and a robust system of roots that protrude from the ground, clinging firmly to rocks, penetrating deep into them, and twisting like dragon's tendrils. Both the root and tree bark are deeply black, incredibly solid, and firm. Every day, visitors come here to light incense and bow in reverence, believing in the sacredness of the tree, where the spiritual energies of the earth, sky, and people converge. Legend has it that once the Thi tree was broken by a storm, and a new tree sprouted from that root, continuing to grow, providing shade and fruit. The tree has survived for thousands of years, enduring rain and storm, bombs and shells, yet it still stands on the riverbank, sheltering Khong palace, providing shade for those who dwell there, and offering sweet fruit for birds and animals. The spirit of the tree, of the people, and of the nation's history intertwines here, making it a worthy place for travelers to visit, to contemplate the lessons of history, nature, and humanity.

Leaving the boat onto the dock at Khong Palace, General Hieu lit incense inside the Palace, and under the Thi tree, he stood silently praying. In late autumn and early winter, Khong Palace was devoid of visitors, only the sound of the wind whistling, the vague sound of leaves rustling, and the sound of oars gently splashing water in the distance, the silent atmosphere made us feel even more sacred. Standing before the Thi tree, General Hieu once again reminded himself of his loyalty to the homeland, to Vietnam, and he prayed for national peace and the happiness of all people. The lessons of the lives of trees and humans, symbolizing loyalty, and resilience amidst the historic site of Khong Palace, resonated quietly within our souls.

8. Memories and reflections

General Hieu believes that the wars of the future will involve warfare in space, cyberspace, and biotechnology.

These days, when aiming for the historic April 30th victory, veterans who once fought in the struggle against the United States to save the country often feel a surge of emotion, reminiscing about the heroic memories of living and fighting for independence and freedom of the homeland, for the happiness of the people. Lieutenant General Nguyen Huy Hieu - a member of the Russian Academy of Military Sciences - 2021 has new thoughts, drawing lessons from the nation's great war, and looking towards the future national defense cause.

In the fierce and bitter Vietnam War, there was an event that many are familiar with, which was the construction of the US McNamara electronic fence along the non-military zone at the 17th parallel and the Ho Chi Minh Trail to prevent the North Vietnamese Liberation Army from infiltrating into South Vietnam. The US war machine once glorified this electronic fence, claiming that not even a mouse could get through it. Experts in warfare from around the world as well as from Vietnam have analyzed this electronic fence extensively. But what was the McNamara electronic fence like in reality?

Having directly commanded combat operations in the Quang Tri battlefield, where one of the objectives was to neutralize the McNamara electronic fence, General Hieu explained that it was a type of electronic fence combined with tropical vegetation, barbed wire on the ground, various types of mines, Claymore mines, scattered from the 31st Cua Viet peak to the 544th Fuller peak, to Con Tien, Doc Mieu, and Khe Sanh. Despite being designed by the brilliant military minds of the US, in reality, during the war, this fence was gradually rendered ineffective by the intelligent and creative methods of the armed forces of South Vietnam Liberation and the local population.

"Back then, we observed local villagers going to work in the fields, successfully bypassing the electronic fence, so we applied their method to neutralize the fence. We tried to do it the way the people did and brought a whole squad over the fence without the enemy detecting it. Subsequently, whole platoons, companies, and battalions crossed the electronic fence using various methods. We discovered that while the fence had its advantages, it also had its flaws. When animals or birds ran through the fence, trees fell, making noise, immediately alerting the enemy's center, prompting them to fire artillery and drop bombs on the alerted areas, causing the fence to crumble and become ineffective. The enemy couldn't accurately differentiate between natural alarms and alarms caused by the infiltration of Vietnamese Liberation forces, so they would indiscriminately fire and bomb whenever there was an alarm, resulting in wasteful expenditure and inadvertently aiding the destruction of the electronic fence with the enemy's ammunition. Plus, our troops also removed landmines and successfully rendered the McNamara electronic fence completely ineffective. Thus, leveraging the strength of the people's war was an incredibly unique and effective characteristic in our struggle for independence. Although in history, when wars occurred, our regular military forces were never as strong as the enemy's, but thanks to the use of the people's war art, our nation has triumphed over many invading enemies," shared General Hieu.

To enhance the art of people's war, in 1998 General Hieu, as a special envoy of the General Secretary and Minister of Defense of Vietnam, along with 9 other comrades from the Electronic Warfare Bureau, General Technical Department, General Department 2, General Department of Defense Industry, General Department of Logistics, and representatives of the air defense and air force, were invited to Yugoslavia to study Yugoslavia's war and convey the messages of the General Secretary and Minister of Defense of Vietnam to Yugoslav President Slobodan Milosevic and Yugoslav Minister of Defense. The delegation of generals traveled through Thailand, Switzerland, and then into Yugoslavia. They were warmly welcomed and shared invaluable information about the Yugoslav war with the Vietnamese delegation. This was a war conducted with Tomahawk cruise missiles, targeting pre-determined objectives. General Hieu and the delegation visited the actual sites where Tomahawk missiles had struck in Yugoslavia. These included the Presidential Palace, the Ministry of Defense, air defense positions, airports, ports, and military bases of Yugoslavia for research purposes. The delegation also visited sites where Yugoslav forces had shot down enemy aircraft but were unable to capture prisoners as the enemy had evacuated. The Vietnamese delegation also interviewed eyewitnesses who had directly participated in this war.

General Hieu said that the war in Yugoslavia was a war with developed technology. Yugoslavia had extensive experience in dealing with technologically advanced weapons. For instance, a group of Yugoslavian students successfully researched an electronic warfare plan, which enabled them to jam the U.S. naval fleet for several hours, disrupting the launch of cruise missiles and preventing them from hitting their targets. Allies' side utilized a weather detection system to detect cruise missiles and shoot them down before they reached their targets, thus minimizing damage. Especially in the final stages of the Yugoslavian war, they managed to mitigate the effects of cruise missiles by constantly moving forces away from targeted areas.

On the Vietnamese side, we also shared with the allies experiences in coordinating joint operations among various military branches, especially ground forces, and the experience of capturing pilots alive through people's war against enemy forces in place: regular army units combined with local forces and guerrilla militia.

From the exchange of war experience with Yugoslavia, combined with information from the wars in Iraq and Syria, General Hieu meticulously studied and drew useful conclusions for future national defense missions: In Vietnam, we have an unbeatable art of people's war, in which the decisive factor in war is still the army force. However, we still have to deeply study the object of combat to devise new strategies suitable for the development of military science, current and future technology (unmanned aircraft, mini-submarines, etc.). General Hieu believes that future wars will involve space warfare, cyber warfare, and biotechnology. Currently, the US has established a Space Command. In the future, stages of "space warfare" and "cyber warfare" will unfold, requiring us to research the art of war, and devising new tactics that are lean, agile, modernized, and adaptable. Thus, in every war, the Vietnamese people can firmly defend independence on land, sea, air, and cyberspace. Vietnam has now established a Cyber Command as well.

"Human beings remain the decisive factor in the destiny of a nation. Apart from human factors, intellect, culture, and Vietnamese traditions are also strengths that determine the fate of the country, achieving success in two strategic tasks: building and defending the Fatherland." - emphasized General Nguyen Huy Hieu.

9. Memories of a General in July

During the war of national liberation, countless heroes, martyrs, and veterans have sacrificed their blood, bones, and lives for the country. That's why, every year, the month of July is regarded by our people as a month of gratitude, to undertake practical actions of appreciation and remembrance for the martyrs and veterans. General Nguyen Huy Hieu, who directly participated in 67 battles during the resistance war against the U.S. to save the country, also wants to express his gratitude to those who supported the revolution, helping him fulfill his duties in the cause of defending the fatherland.

General Hieu said that in the days when the whole country was determined to fight the pandemic as fiercely as it fought against enemies, the unity and solidarity of the entire people, especially the significant contributions made by many enterprises to the vaccine fund, reflect the long-standing cultural tradition of our people - the tradition of the entire nation joining forces to fight the enemy. Whenever the country faces difficulties, in response to the call of the national leadership, our entire people will join hands, devoting their utmost efforts to the common cause of defeating the vicious enemy. Throughout history, many countries have shown that if they can awaken pride, and self-respect, and honor their nation throughout the population, then any enemy will be defeated by that nation.

The support of many billions of dong to the vaccine fund from businesses and economic groups in our country at this time reminds General Hieu of the wholehearted and effective assistance he received from his compatriots, enabling him to fight fiercely and emerge victorious. It was during the Tet Mau Than of 1968 that the liberation forces in South

Vietnam faced numerous difficulties. The enemy's counterattacks were intense, combining the full might of the U.S. military and the Army of the Republic of Vietnam to attack our forces. Meanwhile, by 1969, Uncle Ho had passed away, and the nation was engulfed in hardship and sorrow. However, it was precisely during that time that we knew how to arouse our self-esteem, our national cultural traditions; the entire population united, turning sorrow into action, launching strong counterattacks against the enemy forces, and liberating the country.

From 1970 to 1972, during the Quang Tri campaign, the people of Binh Tri Thien, especially those in Quang Tri, assisted Nguyen Huy Hieu and his unit in completing their mission. Even ethnic people in Quang Tri like the Van Kieu people, joined hands with the military unit to fight against the Americans. An exemplary example of the people together fighting the enemy is Nguyen Minh Ky, the village chief of Cam Lo, who was once known as the "Hum Xam" of Quang Tri, helping the 27th Mobile Battalion engage fiercely on the B5 Front during that time. Another exemplary example is Comrade Vo Nguyen Quang, the district chief of Phong Dien district. Women from Quang Tri like O Tam and O Thiet did not hesitate to endure hardship and sacrifice, leading the way for the liberation forces before, during, and after campaigns, while enthusiastically providing support by carrying supplies and ammunition. Without sparing blood and bone, the women of Quang Tri persevered through difficult days, providing crucial information and tirelessly delivering supplies and ammunition throughout the night, contributing greatly to the revolution's victory.

After the commencement of the 1972 campaign, the strongholds 322, 288, and 544 were liberated, and the 27th Regiment returned to the Eastern flank to liberate Trieu Phong and Hai Lang. At that time, Nguyen Huy Hieu recalled two exemplary civilians who made significant contributions to the revolution, aiding the Regiment in ineffective combat and achieving victory. One of them was Mr. Nguyen Van Quang, the district chief of Phong Dien. He dispatched O Nghe from Hue to Thanh Huong to meet with Pham Minh Tam, the commander of the 27th Regiment, and Nguyen Huy Hieu, the commander of the 3rd Battalion. O Nghe provided comprehensive information about the enemy situation in Thanh Huong, Phong Dien, and Hue. Thanks to the valuable information provided by O Nghe, the 27th Regiment, under the command of Comrade Cao Uy, quickly concentrated forces to engage the enemy in the northern Thanh Huong area and the Chi Buu Church in Lai Cuu hamlet, excellently fulfilling the mission of protecting the eastern flank of Quang Tri town, assisting Comrade Tran Minh Van in commanding the 48th Regiment stationed in the Citadel throughout the campaign. Subsequently, every July, Lieutenant General Nguyen Huy Hieu embarked on a journey to express gratitude to the people who had helped him fulfill his duties during the war, including O Nghe.

Lieutenant General Nguyen Huy Hieu also believes that in the battle against the COVID-19 pandemic, when we ignite national solidarity and pride when all citizens unite and contribute collectively to fight the pandemic, our country will undoubtedly triumph over COVID-19.

10. Growing a home herb garden during Covid-19 season

In society, there had been an increase in family conflicts during the COVID-19 season. However, not all families experienced this; some found themselves being more productive while staying at home. The family of Lieutenant General Nguyen Huy Hieu was an example. Although COVID-19 disrupted their usual routines, they managed to create a new herb garden at home.

Since the COVID-19 outbreak became tense, the family of Lieutenant General Nguyen Huy Hieu usually consisted of only three people: General Hieu, his wife Lai Thi Xuan, and a housekeeper. Mrs. Xuan was a doctor who previously studied in the Soviet Union, possessing medical knowledge along with practical experience from working in hospitals. Therefore, she had many solutions for preventing similar diseases like seasonal flu and tropical diseases. When the pandemic occurred, Mrs. Xuan applied her experience and knowledge, along with official medical information, to develop appropriate prevention measures with her husband. She established a dietary regime for the family members to ensure their health while they continue their daily routines of work and study.

General Hieu's family comprises a total of 10 individuals, including the grandparents, four sons, daughters-in-law, grandchildren, and great-grandchildren. Both sons and daughters of the grandparents have established their own families and live separately. Each couple of General Hieu's sons and daughters has two young children. Before the COVID-19 pandemic, every Sunday, the children and grandchildren would visit the grandparents, gathering for a joyful and warm family meal. They would share stories about work, studies, joyful experiences, and new lessons learned. When the COVID outbreak disrupted the family's routine, the grandparents made a decision: their children and grandchildren would visit them once every two weeks, without organizing communal meals as before. During each visit, the children and grandchildren would only stay briefly to spend time at their grandparents' house.

As General Hieu's grandchildren started studying online, their interaction time with teachers and classmates decreased, and they spent more time at home. General Hieu, based on each grandchild's interests, directed and encouraged them to pursue additional activities. His granddaughters were encouraged to learn piano, drawing, and reading, while his grandson focused on chess and playing soccer with some neighborhood friends, along with watching suitable TV programs. The important aspect was instilling in them a proactive attitude towards learning at home, incorporating various artistic and sporting activities to bring them joy and help them adapt to the changes, thus teaching them to make productive use of their time within the family environment.

General Hieu believes that, alongside combating the pandemic like fighting the enemy, it's essential to establish a new way of life, gradually adapting to living alongside the pandemic. Even if one has been vaccinated, it's still necessary to practice the 5K guidelines in daily activities. Over the two years of dealing with COVID-19, General Hieu has "restructured" his family's small ornamental garden. Previously, the garden mainly consisted of ornamental plants, orchids, and two fruit-bearing starfruit trees. Now, it has been transformed, incorporating common vegetables and herbs, including Japanese spinach, apricots, fish mint, lime, ginger, garlic, spring onions, and coriander... Since the vegetables sent from their relatives in the countryside to Hanoi for General Hieu's family weren't as frequent as before, this new vegetable garden ensures meals for the three family members. Especially, the medicinal herbs in the garden have helped boost the immunity of the grandparents and improve their respiratory health. General Hieu happily acknowledges that it was thanks to the stress caused by the COVID pandemic that they were able to create this new vegetable garden. The small garden has become more practical as it not only pleases the eye and hands but also supplements medicinal food in their daily meals. It's an effective change, creating a lively environment for themselves. Every day, he exercises in the garden, then trims the plants, fertilizes the vegetables, and so forth. These activities are not only enjoyable and energy-consuming but also contribute to his physical well-being, mental freshness, and positive thinking.

At this point, the grandparents also no longer met both their children's families at the same time but alternate instead. For example, if they met their grandson's family one Sunday, they would meet their granddaughter's family the following Sunday. The food, including rice, vegetables, and meat sent by relatives in the countryside, was evenly distributed by the grandparents and sent through a transportation service to their daughters' and son's families. During any family member's birthday, there were no longer gatherings as before to avoid large crowds. If any grandchildren or children came to visit the grandparents, appointments needed to be made in advance to avoid overlapping with other family members' visits, ensuring safety and adherence to general distancing regulations. An important lesson learned over the two years of the pandemic is that, in General Hieu's family, the young grandchildren have learned to be independent and self-reliant in all aspects of their lives, from studies to daily activities, moderate eating habits, suitable physical exercises, and living harmoniously and peacefully within the family's small space. Harmony and happiness are fostered through an optimistic outlook on life and the understanding that every small action contributes positively. Faced with the challenge of the pandemic, it's crucial to cultivate a resilient mindset, understand accurate information, grasp the reality of the situation, filter and accept only official sources of information to remain calm and find effective ways to overcome circumstances and prevent illness. It's essential to absolutely avoid consuming misleading information that could disturb one's mental well-being.

According to General Hieu's predictions, the COVID-19 pandemic will persist for a long time due to continuous mutations. Therefore, humans need to vaccinate and gradually coexist with this elusive virus. The virus is airborne and will not only spread through close contact between individuals. We need to implement the 4 on-the-spot measures for pandemic prevention and adhere to the 5K principles for safety. To achieve sustainable vaccination, Vietnam needs to focus on producing its vaccine to proactively prevent COVID-19, vaccinating at least two-thirds of the total population. As the COVID pandemic is a healthcare crisis, it requires a focus on using medical science for long-term management, considering the integration of other measures.

11. Grateful to the most impressive teachers when I first joined the army

To become a talented general, rushing into battle, excellently commanding many glorious victories during the war against America to save the country, Lieutenant General Nguyen Huy Hieu quickly absorbed basic knowledge and skills from the early days of his military service, trained by mentors, and continued to strive to develop the most unique skills learned from senior commanding officers.

Infantryman Nguyen Huy Hieu enlisted in the infantry in 1965, and throughout his training, he encountered crucial mentors whom he remained grateful to for his entire life. These mentors played a fundamental role in shaping him into a skilled combatant, and a talented general in the military, as Nguyen Huy Hieu later became. Thanks to his inherent military aptitude and the opportunity to learn from exceptional mentors, General Hieu acquired military skills and strategic thinking early on.

In February 1965, soldier Nguyen Huy Hieu fought in Squad 9, Platoon 3, Company 2, Regiment 4 of the 812th Battalion, 324th Division, in Nghi An, Nghi Loc, Nghe An. As a newly enlisted soldier and a rural youth, he had limited knowledge of military training. He was quite impressed by the 12 regulations outlined in the training regulations that all recruits were taught. They were trained to perform meticulous tasks such as folding bed sheets neatly, quickly putting on shoes and tying them upon hearing the bugle call or command, how to arrange clothes and organizing backpacks, hats, and hanging guns so they could be quickly retrieved and worn, how to hang towels with both corners pulled tight and flat, and how to sleep in a manner that allowed for quick reaction in case of an alarm, immediately getting up, putting on shoes, backpack, and grabbing the gun. These disciplined military habits instilled during that time became habits for General Hieu, enabling him to efficiently and swiftly handle personal matters throughout his life.

During firearms training, soldier Nguyen Huy Hieu particularly enjoyed honing his skills in disassembling and assembling guns. Soldiers would dismantle their guns, blindfold themselves, and then reassemble the weapons. Mastering this skill ensured that even in darkness or any situation, they could handle their equipment swiftly. At that time, young soldier Huy Hieu dreamed of using the Russian K59 handgun. Later, due to his exceptional marksmanship during training, he was selected by comrade Vo Tong, the Deputy Platoon Leader—a skilled marksman from the South—to serve as a liaison. Hieu's dream became a reality as he was taught how to shoot with the K59 handgun by Vo Tong, renowned for his sharpshooting skills, even able to shoot down flying birds without aiming. General Hieu, already admiring Vo Tong's shooting prowess, focused on training under this talented commander's guidance and learned valuable skills. Eventually, he was assigned as the Platoon Leader of the DKZ gun team.

Later, Nguyen Huy Hieu was appointed by comrade Nguyen Huu Uong, the Chief of Staff of the 4th Battalion, 812th Regiment, 324th Division, to serve as his liaison. Uong, originally an intellectual, joined the military and excelled in cartography and staff work. Private Hieu had the opportunity to witness all the methods of battle design, map usage, geographical knowledge in combat, and the flexible strategies employed against the enemy. With a notebook and pen in hand, liaison soldier Nguyen Huy Hieu diligently recorded all this knowledge from the war veterans and turned it into knowledge for himself, training him fluently in combat.

Thanks to such skilled mentors from the early days of his training, Nguyen Huy Hieu quickly grasped the knowledge, skills, and leadership vision necessary for combat, enabling him to become an outstanding soldier, a talented commander, and later one of the skilled generals of the Vietnam People's Army. Even after the war, Lieutenant General Nguyen Huy Hieu continued to visit and express gratitude to repay those mentors who had left a lasting impression on him during his early days in the military.

12. Need to commend the Heroes in the fight against the pandemic

The COVID-19 pandemic has lasted for years, claiming countless lives and causing tremendous damage to the economy, society, and overall human development. In Vietnam, through many waves of outbreaks, there have been numerous examples within and outside the medical profession of individuals who have fearlessly risked their lives and dedicated their efforts to saving others.

So how should society honor these exemplary individuals appropriately? Let's have a conversation with Lieutenant General Nguyen Huy Hieu to hear his views on the issue of honoring those who have contributed to the fight against COVID-19.

- *Sir, in our country's fight against Covid-19, there have been individuals and groups within and outside the medical field making significant contributions, and the government has also commended them. What are your thoughts on this?*
- *This COVID-19 pandemic in Vietnam has been immense and prolonged, testing the spirit, willpower, and true strength of the Vietnamese people. There have been many exemplary individuals both within and outside the medical field who have selflessly sacrificed to save lives. They have devoted all their energy, intellect, and passion to contributing to society, caring for and saving patients, and protecting the community. These noble actions have deeply touched the hearts of people and serve as a motivation for the community to come together in the fight against the pandemic, helping the whole nation and the entire nation to overcome this*

unprecedented health crisis in history. I strongly believe that we need to honor these exemplary individuals at a high level.

- *Which exemplary individual do you find most impressive in the fight against the pandemic in our country?*
- *There are many exemplary doctors, medical workers, nurses, and caregivers, as well as people, who have shown heroic actions and deeply moving moments in the fight against the pandemic. I am particularly impressed by the large number of doctors who traveled to Ho Chi Minh City and Binh Duong to fight the pandemic. This image reminds me of 1965 when our troops marched into the South to fight against the United States, liberate the South, and reunify the country. The 'white-shirted soldiers' of today do not hesitate in the face of difficulties, with a spirit of self-sacrifice for the cause of saving lives and protecting the safety of the people. Their readiness to sacrifice and endure hardships is beyond words. There are doctor couples who entrusted their young children to their parents' care to join the fight against the pandemic in the South, exposing themselves to work in difficult and dangerous conditions that endanger their lives. In reality, many doctors have contracted the disease, and suffered from declining health, and some have sacrificed their lives while on duty.*
- *You have been honored as a Hero of the armed forces in the war against the United States, saving the country and liberating the people. Similarly, in the battle against COVID-19, there have been many white-shirted heroes who have fallen on the 'battlefield' to save lives and fight the pandemic. How should we honor these exemplary individuals?*
- *They are the heroes on the medical frontlines, the new symbols of heroism. Our country has policies to commend and reward those who have sacrificed and contributed to the fight against the pandemic. However, there needs to be a comprehensive review of each phase, highlighting exemplary individuals, and honoring them with the title of Heroes on the anti-pandemic front, similar to what we did during the war. From these exemplary examples,*

we build models of collectives and individuals who display heroic actions, admired by the public like the heroes of wartime, to inspire the entire population to learn from and follow. I believe this approach reflects the cultural tradition of the Vietnamese people, expressing gratitude to those who have contributed, and building exemplary images to encourage everyone to follow suit and unite to defeat the enemy no matter how powerful they may be. Since our Government has raised the slogan 'Fight the pandemic like fighting the enemy,' we need to honor the heroes in the fight against COVID-19.

- *And the Heroes on the anti-pandemic front won't just be those in the medical field, right?*
- Y trong đại dịch. Đó cũng là cách làm hay, đáng học hỏi.
- *Even ordinary citizens who have made significant contributions during the pandemic deserve to be honored as heroes. In reality, there are individuals and groups, such as volunteers, who have displayed heroic actions, like donating all their assets to support people in pandemic-stricken areas, or providing care and building schools for over 1500 orphaned children during the pandemic... Or there are scientists who have dedicated all their efforts, time, and energy to conduct research quietly, discovering treatments for the disease, also deserving to be honored as heroes. Moreover, after the pandemic, there should be a monument to honor the medical profession for their efforts, contributions, and sacrifices during the pandemic. Russia is the first country to erect a monument to honor the medical profession during the pandemic. That is also a commendable and exemplary approach worth learning from.*
- *Thank you!*

13. Once again grateful to Russia

Before the sacrifices and tremendous efforts of the medical team in the four waves of combating COVID-19 in our country over the past two years, Lieutenant General Nguyen Huy Hieu expressed his gratitude to the Vietnamese medical sector and proposed the idea of honoring heroes for outstanding groups and individuals who have made significant contributions on the anti-pandemic front. In addition, he also expressed the view that we need to show gratitude to Russia, which, amidst difficulties, has provided Vietnam with COVID-19 vaccines and transferred the technology for producing the Sputnik V vaccine to Vietnam.

In every difficulty faced by Vietnam, the people and the country of Russia (formerly the Soviet Union) have always been ready to help unconditionally. Lieutenant General Nguyen Huy Hieu recalled the time when our country was at war with the United States, and our soldiers stationed in deep forests often suffered from malaria and made relatively many sacrifices. In that situation, the Soviet Union provided us with a very effective anti-malaria drug (including both oral and injectable forms), which was crucial in treating severe malaria for Vietnamese soldiers in the forests, along with many other types of medicines. Countless Vietnamese soldiers on the battlefield in the 1960s overcame serious illnesses thanks to Soviet medications, enabling them to continue fighting and eventually defeating the invading forces, liberating the South, and reclaiming independence and freedom for the motherland. We need to express our gratitude to the people and the country of the Soviet Union, now Russia, for that noble gesture.

In December 2010, Russia invited a delegation of Vietnamese military officers and medical personnel to visit Russia and observe the scientific foundation of Russian medicine. The delegation included Lieutenant General Nguyen Huy Hieu and his wife, Major General Nguyen Tien Binh - Director of the Military Medical Academy, along with other comrades from the Vietnam-Russia Tropical Center, the Foreign Affairs Department of the Ministry of National Defense, and Vietnamese medical scientists. Particularly, Mrs. Lai Thi Xuan, the wife of Lieutenant General Nguyen Huy Hieu, who had studied medicine in Odessa, was warmly welcomed by the Russian hosts, receiving affectionate receptions akin to a long-awaited family member returning home. The delegation toured medical facilities and witnessed scientific achievements in medicine in Moscow. At that time, General Hieu was deeply impressed by the solemn statues erected in Moscow in honor of Russia's eminent medical practitioners. He was also moved when viewing the advanced technologies for pharmaceutical formulation and production in Russia, where medications were once produced to aid the Vietnamese soldiers on the battlefields where he had fought in the past. The bitter taste of those anti-malaria pills seemed to linger in his memory. General Hieu genuinely appreciated and admired the advanced and highly developed medical field of Russia. From the pioneering medical figures during the October Revolution to the present day, successive generations of Russian medical scientists have continued the legacy of their forebears and achieved new milestones in medicine. After visiting medical research facilities in Moscow, the Vietnamese delegation proceeded to experience firsthand at the Pavlov National Medical University in Saint Petersburg, where they were introduced to the educational achievements and the training of medical professionals for Russia and many other countries worldwide, including Vietnam. Many generations of Vietnamese medical professionals have studied at this university and, upon returning home, have become leaders in their field, outstanding medical scientists who have made significant contributions to the medical sector of our country.

While Vietnam is fighting the epidemic like fighting the enemy, Russia has also provided substantial support to Vietnam with a large quantity of Sputnik vaccines, making an important contribution to promptly speeding up the progress of vaccine coverage nationwide.

"As soon as Russia announced the development of the Sputnik V vaccine against COVID-19, I believed that Russian medical scientists and the Russian healthcare system would be able to assist Vietnam specifically and the world in general in effectively combating the pandemic. And indeed, the Sputnik V vaccine against COVID-19 from Russia has been supplied to many countries worldwide. More than 70 countries have approved Russia's COVID-19 vaccine, and the World Health Organization has also recognized it," General Hieu stated.

In order for Vietnam to proactively combat the COVID-19 pandemic, Russia has also transferred the technology for producing COVID-19 vaccines to Vietnam. The immense sentiment of Russia towards Vietnam is truly beyond words. Russia's dedicated sharing of vaccine resources with Vietnam during this extremely challenging pandemic period is deeply appreciated and should be forever remembered and cherished by our entire nation.

14. "General Hieu Bridge" - Connecting Development

In Yen Hoa Ward (Hanoi), where Cot village used to be, a bridge was built across the To Lich River. Since the bridge was completed without any official name, the locals called it "General Hieu Bridge" to commemorate the general who initiated and fundraised for the bridge's construction, bringing safety, convenience, and development to the local residents. Indeed, from the construction of the bridge to serve the transportation needs of the people, Lieutenant General Nguyen Huy Hieu has directly and indirectly brought about significant changes to this area over the past three decades.

In 1985, the military requested and was allocated land in the Cot village area (Yen Hoa, Cau Giay, Hanoi) to construct military collective housing complexes, including those for the 1st Corps, 2nd Corps, artillery, etc. By 1986, when the collective housing complexes were completed, many families of officers and officials moved in, creating a denser area along with the original residents of Cot village. Nguyen Huy Hieu was also assigned housing in this collective housing complex. At that time, there was no bridge in the area, so people and military officers had to detour via Giay Bridge and Cot Bridge, about 1 kilometer farther, which was quite difficult and often congested.

In 1988, when Nguyen Huy Hieu became the Commander of the 1st Corps, he realized that if the road situation remained extremely difficult like this, it would not be safe, and it was necessary to have a bridge over the To Lich River in the Cot village area. Therefore, he mobilized funds to build the bridge. The bridge was constructed within 3 months, connecting Lang (Dong Da) with Cot village (Cau Giay). After the bridge was built, street 381 was established leading to the military collective housing complex, and when Cot village became Yen

Hoa ward, Hoa Bang street and other street names were introduced. The bridge brought convenience to transportation for the local residents, officers, and military officials. Moreover, many shops and services flourished, creating a bustling and prosperous area. Seeing General Hieu's garden with many green trees and vibrant flowers, the people followed his example and planted trees in their gardens, vines around fences, and flowers in front of their doors, creating a lush and prosperous green area. Grateful, the people spontaneously named the bridge "General Hieu Bridge." This self-proclaimed name has been commonly used by the residents of the Cot village area to this day. "General Hieu Bridge" has become a symbol of convenience and development for the people in the Cot village area.

Over three decades have passed, and due to urban development, Cot village has become Yen Hoa ward. The population has multiplied several times, and there are more vehicles. Despite the presence of General Hieu Bridge, traffic congestion still occurs during peak hours. Once again, this area has become a traffic bottleneck for Yen Hoa ward. Adjacent to it is Yen Hoa Elementary School, where parents face difficulties and safety concerns when taking their children to and from school. To address this situation, in 2021, Hanoi City invested 38 billion VND to expand General Hieu Bridge into a 21-meter wide and 38-meter long bridge, equipped with bright street lights, ensuring smooth traffic flow with two lanes for vehicles and a wide pedestrian walkway, relieving congestion in the Yen Hoa ward area. This newly expanded bridge is now called Yen Hoa Bridge. It is planned that by 2022, the city will further invest in a 21-meter wide road leading directly to the Cau Giay Park Collective Housing Complex, resolving a major bottleneck in Hanoi and creating a new, more spacious environment, improving the living conditions of the local residents, including military officers. Yen Hoa Elementary School students will also have safer and less congested travel routes.

Currently, the residents are benefiting from the upgraded Yen Hoa Bridge, but deep down, they still understand that this beautiful and fresh bridge was fundamentally formed more than three decades ago, thanks to the initiative and fundraising efforts of General Hieu. From that foundation, the new bridge has been upgraded, and life here is gradually changing, creating a development momentum up to now. Many residents here are grateful to General Hieu. Whenever they see him passing by, they respectfully greet him and share their feelings when he asks about them.

This is not the only bridge that General Hieu has contributed to, both in terms of physical infrastructure and in fostering connections between people, fostering unity, cooperation, and mutual support for development. Although retired, General Hieu continues to connect people across various fields of science, information, and the military to share knowledge, collaborate, and solve problems in work and life. His lunchtimes are always filled with lively conversations and laughter with friends. It seems like he applies the tactic of "Never eat lunch alone," so during his lunches, General Hieu makes an effort to connect journalists, writers, military officers, scientists, and entrepreneurs to share experiences and explore development opportunities together. Through General Hieu's lunches, people from various sectors are connected, sharing abilities to develop careers, solve life problems, innovate, and collaborate on new projects. As a result, they continuously elevate each other, forming strong bonds of brotherhood, camaraderie, and comradeship in life. General Hieu has imparted to them a great lesson about comradeship and the importance of strong connections for personal and national development. He has built bridges of friendship, invisible yet radiating warmth and humanity, fostering everlasting growth. "General Hieu Bridge," this invisible bridge, is cherished by those who know him, connecting them to more friends, partners, comrades, forever remembered and grateful to him.

15. A place where knowledge converges and spreads

Since its establishment in 2010, the Office of Academician Nguyen Huy Hieu at 162 Tran Vu, Truc Bach Ward, Hanoi has become a gathering place for scientists, military personnel, artists, journalists, writers, reporters, and collaborators to meet with Lieutenant General Nguyen Huy Hieu. They come not only to learn from his life and work experiences, to stay updated on the latest information regarding military science, the environment, but also to apply and implement their own projects and tasks related to the topics shared by General Hieu.

As a writer, I have had the honor of knowing General Hieu for the past 10 years, I am also one of those who frequently visit his office. And when it comes to the realization that many different circles have benefited from what General Hieu shares, I am truly surprised when he expresses his desire to show gratitude to them. The reason General Hieu wants to express gratitude to the writers, journalists, and regular collaborators of the office is that alongside him, they have implemented projects and initiatives that have disseminated valuable knowledge and experiences in military science, traditional culture, and environmental security deeply into our society, and have had an impact on many other countries.

Those writers, journalists, and collaborators have been accompanying General Hieu throughout the journey of over 10 years, actively working to disseminate his thoughts on life philosophy, military science, and environmental security. These efforts have benefited the community, enabling the Vietnamese people to take pride in their cultural heritage, constantly improve and develop themselves, contribute to the community, society, and enterprises, and live up to the glorious history of the nation that their ancestors have built and devoted to.

Although there are many companions on the journey from 2010 to present, General Hieu wants to pay special gratitude to three groups:

- *The group of writers includes: Writer Le Hai Trieu, writer Le Hoai Nam, writer Kieu Bich Hau, writer Khanh Phuong... These writers have all produced books with valuable materials drawn from General Hieu's life of combat, scientific research, and actions for environmental security. Writer Le Hai Trieu focuses on writing books about the illustrious combat period on the battlefields of the 1960s-1970s of General Hieu. Meanwhile, writer Le Hoai Nam particularly delves into the roots, cultural traditions, and history of the homeland that have shaped the character and personality of the talented general. His novel "The Riverbank of Childhood" draws on materials from General Hieu's life, emphasizing his family's traditions, which are a continuation of the cultural heritage of the Red River civilization, and how those essences have converged within General Hieu. The book "The Riverbank of Childhood" was warmly received by readers upon its publication, proving to be very successful and undergoing reprints due to the strong vitality of the ancestors' cultural heritage that the writer deeply explores and meticulously analyzes. Writer Le Hoai Nam has known General Hieu for a long time, as they are from the same hometown, but it wasn't until 1983 that he met General Hieu directly at Station 66. Since then, writer Le Hoai Nam has closely and intimately accompanied General Hieu. Growing up in the North Delta region, with rich practical experiences and cultural insights from the countryside of Nam Dinh, the writer's portrayal of General Hieu in his book is vivid. It captures the full essence of the cultural characteristics, eloquently describing the personality of the general from their shared homeland.*

- *The group of journalists includes: Journalist Nguyen Huong, journalist Luc Huong, journalist Duong Thien Ly, journalist Le Trung Dao... These journalists have accompanied him for over a decade, writing numerous articles, and producing diverse reports with multidimensional and impressive perspectives, bringing readers and viewers strong and profound insights into his contributions to the country, his lifestyle, and innovative ideas. Among them, journalist Luc Huong stands out with her fast-paced working style, sharp insights, and quickly recognized the outstanding features in the activities of the general. She completed a book titled "The General and Environmental Security" capturing the essence of the general's lifelong contemplation on environmental protection, scientific research to solve environmental issues, and spreading awareness of healthy and harmonious living with all species, embodying the wisdom of the enlightened general.*
- *The group of collaborators includes: Nguyen Thi Thanh Huong, Associate Professor, Dr. Tran Nam Chuan (for writing), Dr. Nguyen Dinh Chien, Nguyen Huy Phu, Trinh Minh Son, Dr. Vu Manh Cuong, Le Minh Tan, Pham Xuan Khoa, expert Pham Van Son, Tran Duc Hop,... They are military officers, media professionals, environmental experts, business leaders,... Among them, Ms. Nguyen Thi Thanh Huong has played a significant role in preserving almost the entire documentation of General Hieu's life and contributions. She regularly collects and timely provides the public with updates on the general's new activities, statements, or opinions, as well as his responses to important events in contemporary life, helping to disseminate the general's ideology and inspire people to live more positively and work together to solve social issues. Besides Ms. Thanh Huong, environmental expert Pham Van Son is also a special companion among the collaborators who have come to General Hieu. Leader of a business specializing in solving environmental problems, Mr. Pham Van Son while accompanying General*

Hieu, has distilled the famous 4 on-the-spot principles of General Hieu, thoroughly studied them to deeply understand, and then successfully applied them to the public-oriented propaganda strategy regarding modern methods of environmental incident management. He effectively conveyed the message and utilized it in practical projects to address current and future environmental issues. Not only has he implemented projects for the "Vietnam Environmental Incident Response Center (SOS)" domestically, but also shared the application of the 4 on-the-spot principles in environmental issue resolution with colleagues in other countries, especially in Russia.

- *With the gathering place being the Academician's Office, General Hieu is indeed the soul of this place, as around him there are always long-standing companions, gathering and sharing information about activities in the aforementioned key areas to support each other's development and disseminating valuable messages.*

16. The eternal friendship between a general and a writer

In 2022, it has been a complete 40 years since Lieutenant General Nguyen Huy Hieu and writer Le Hoai Nam first became acquainted, transitioning from comrades-in-arms to brothers-in-arms, and finally, friends. They also share a regional bond, which further solidifies their connection over the four decades. This bond is not only rooted in mutual respect's talents but has also crystallized into valuable books authored by Le Hoai Nam, inspired by the illustrious achievements and the character of the General, both hailing from Nam Dinh province. Lieutenant General Nguyen Huy Hieu is from Hai Long commune, Hai Hau district, while writer Le Hoai Nam's hometown is Lieu De town, Nghia Hung district.

Since 2010, when Lieutenant General Nguyen Huy Hieu became a member of the Academy of Military Sciences of the Russian Federation and established an office in Hanoi for military scientific research, hosting scientists from around the world and engaging in discussions with colleagues, it seems that writer Le Hoai Nam has been meeting General Hieu more frequently. During lunchtime, he often visits the General's office, having a friendly lunch with him. This special friendship seems to bridge any gap between them. They converse openly, sharing all sorts of matters without reservation. There is absolute trust between them, along with respect for each other's ideas, creativity, and inspiration, exchanging new information, and knowledge, and motivating each other in their work, research, and creative endeavors. Le Hoai Nam also often gathers other writers and journalists to meet with General Hieu, providing an opportunity for his colleagues to interact with a skilled military strategist, enabling them to create new works based on General Hieu's insights. In addition to the initial collection of essays titled "The Riverbank of Childhood" written by Le Hoai Nam, based on research material about General Hieu's life, in recent years, Le Hoai Nam has continued to compile works from colleagues and friends to publish nearly a dozen more books about the General.

Writer Le Hoai Nam recalls that in 1982, he and poet Tran Dang Khoa were sent by the Political Department of the Navy Command to Station 66 of the Ministry of National Defense in Hanoi to prepare for university entrance exams. Before that, Le Hoai Nam had attended the political officer school of the Navy Command. After graduating, instead of being appointed a political officer, he was assigned to be the captain of the training company for the cultural and artistic nucleus of the armed forces. However, when many of his short stories, essays, and reports were published in Literature and Arts and Military Literature magazines, his superiors decided to send him to university entrance exams to study at either the Faculty of Literature of the University of Social Sciences and Humanities, the Faculty of Literature Education of Hanoi Pedagogical University, or the Literary Writing Department of the University of Culture in Hanoi. Meanwhile, Nguyen Huy Hieu, who was a colonel and commander of a division, also went to Station 66 to prepare for military training in Russia. When writer Le Hoai Nam and poet Tran Dang Khoa arrived at Station 66 for the exams, they were already famous, especially within the military. Therefore, instead of sharing a room with over ten other junior officers as usual, Le Hoai Nam and Tran Dang Khoa were privileged to share a room with senior officers, only the two of them in one room. It was quite a coincidence that the room of Tran Dang Khoa and Le Hoai Nam was right next to Colonel Nguyen Huy Hieu's room at Station 66. As soon as they arrived and took their backpacks off, they saw Nguyen Huy Hieu stepping out. He cheerfully asked, "Where are you guys from?" Le Hoai Nam promptly replied, "We were sent here by the Navy Command to prepare for university entrance exams, sir."

Nguyen Huy Hieu exclaimed, "Then stay here with me for company!" After a while of conversation and exchanging pleasantries, inquiring about each other's backgrounds, Le Hoai Nam learned that Nguyen Huy Hieu was the division commander, had read many of Le Hoai Nam's articles in the newspapers, and knew that the writer was from the same province of Nam Dinh as himself.

During more than a month study period at Station 66, while poet Tran Dang Khoa was busy with his love, Le Hoai Nam was inseparable from Nguyen Huy Hieu, accompanying him on leisurely walks, and outings, and engaging in conversations during free time. With a naturally open disposition and a fondness for culture and the arts, Nguyen Huy Hieu shared many memories with Le Hoai Nam, from his wartime experiences on the battlefield to his childhood memories in the countryside, such as bird hunting and fishing. Le Hoai Nam was familiar with such childhood memories, as the place where he was born was only 13km away from General Hieu's hometown, and he had also indulged in similar pastimes. It was through these vivid stories heard directly from the hero in his most relaxed moments that Le Hoai Nam deeply engraved them in his mind, later shaping them into the impressive memoir "The Riverbank of Childhood." Perhaps only Le Hoai Nam, with his profound understanding of the land, people, and culture of his homeland, could empathize and cherish such profound love, pouring all his dedication into crafting a memoir that truly captures the essence of a hometown hero, captivating and imbued with depth to such an extent.

The memoir "The Riverbank of Childhood" immediately caught the attention of readers upon its release in 2008, selling out quickly. Subsequently, the book was reprinted with a quantity of 2000 copies, continuing to leave a mark and being sought after by readers of different generations. The success of the book can only be explained by the fact that when a heroic general, with a deeply ingrained traditional cultural demeanor, both lofty and yet intimate with the people, it naturally piques the curiosity of ordinary citizens. Everyone wants to understand what it was that enabled a humble native son of Nam Dinh, like so many other youths born in the countryside, to display strategic prowess, bravery, and leadership, guiding his troops to resounding victories and shining as a hero, contributing to the liberation of the country and homeland.

Since their encounter at Station 66, writer Le Hoai Nam and Lieutenant General Nguyen Huy Hieu continued to be close despite both having various career transitions. After studying at the Nguyen Du School of Writing (part of the University of Culture), writer Le Hoai Nam returned to the Naval Command. In 1987, when Nguyen Huy Hieu was reassigned to the First Corps, Le Hoai Nam shifted his career to the Provincial Literary and Artistic Association of Ha Nam Ninh. Here, from the position of Editor-in-Chief of the Ha Nam Ninh Literature and Arts Magazine, he rose to become the Vice Chairman of the Provincial Literary and Artistic Association of Ha Nam Ninh, also serving as the Editor-in-Chief of the association's Van Nhan magazine. Once, during a meeting at the Provincial Party Committee, the writer met Nguyen Huy Hieu again, who was now a Major General and Commander of the First Corps. The two friends greeted each other warmly. General Hieu invited writer Le Hoai Nam along with his colleagues from the Editorial Board of the Magazine and the leadership of the Association to visit the First Corps. Immediately after, the writer convened the Editorial Board and organized the trip to visit General Hieu at the First Corps. Everyone was excited because they would be able to interact with a fellow general, with admirable achievements and a respectable personality. The group consisted of 7 people, including writer Le Hoai Nam, poet Pham Trong Thanh, some journalists, and artists, traveling in the car provided by the Provincial Literary and Artistic Association to visit the First Corps.

When entering the First Corps, contrary to the expectation of a secretive and solemn military environment, difficult to approach, we felt as if a flag was waving in our hearts upon being warmly welcomed by General

Hieu. He said, "Here, feel free to explore, happiness is the priority!" He even appointed a political companion to lead the group of writers and journalists to visit every corner of the corps, meticulously and attractively introducing each place, more captivating than a tour guide. The impressive and profound journey deeply moved the group, inspiring them to write meaningful articles, poems, and essays about the Corps. Even the artist among them painted beautiful pictures inspired by the journey and the general from Nam Dinh. When the special issue magazine with the majority of content about the general and the First Corps was released, the editorial board sent 300 copies to the Corps to ensure that the magazine reached the hands of officers and soldiers for them to read. General Hieu himself also visited the magazine's office to thank the editorial board. The mutual understanding and affection between the general and the writer grew even deeper.

In 2009, writer Le Hoai Nam moved to live and work in Hanoi. Nguyen Huy Hieu at this time held the rank of Lieutenant General and Deputy Minister of Defense, and the two spent more time together. During many of General Hieu's visits to comrades, work trips, or gratitude visits to the families of fallen soldiers, writer Le Hoai Nam accompanied him, recording those events and turning them into new articles and essays. The writer commented: "General Hieu is a military man, but he has a rich cultural and poetic soul, close to us artists and writers. He is not distant or pretentious, but lives harmoniously, easily empathizing with brave soldiers. He also has a very humane way of thinking, a viewpoint towards life full of love and always constructive". He brought people together in a spirit of unity and sincerity, applying the motto of living happily, healthily, and meaningfully, helping everyone to develop together. His way of life has always been spreading, providing motivation for his brothers and sisters. Articles and essays about him, especially books written about him, are always sought after by people, because they represent the most vivid life lessons from a poor countryside boy who became a hero, a prominent military scientist contributing valuable efforts to the country's liberation cause, healing the wounds of war, and protecting a peaceful living environment for future generations.

"Accompanying General Hieu, I gained valuable life lessons, not only in battles but also in times of peace. I feel I've gained a lot from General Hieu, and I want to share what I've gained, to expand it to many others, by publishing books about him," summarized writer Le Hoai Nam.

Indeed, in the spring of 2022, writer Le Hoai Nam gathered more than 40 writers and journalists with works about General Hieu, his late friend, to publish an extensive book set of over 500 pages about the general, continuing to spread the positive and useful flames of life for the community.

17. Let's beautify the Red River worthy of its history, geographical location, and potential

I have met Lieutenant General Nguyen Huy Hieu on several occasions and noticed that he often mentions the need to embellish both banks of the Red River to be worthy of the history, geographical position, and potential of this river flowing through the thousand-year-old capital. And in the midst of the summer of 2022, during the National Assembly session, I sensed that General Hieu was more contemplative. He said, "Throughout the recent leadership terms in Hanoi, there has been much talk but no one has been able to accomplish this task. Like all the people of our country, I also hope that our Red River needs to be embellished, worthy to be compared with the Volga River in Russia, the Seine River in France, the Thames in England, the Nile River in Egypt, or the Danube River in Hungary..."

In a recent conversation between us, General Hieu shared in more detail his concerns and ideas in renovating the Red River.

He mentioned that Hanoi, the capital of Vietnam, with its thousand years of civilization, is a city of peace, known to many and attracting tourists from all over the world to visit, explore, and admire, especially after the Hanoi - Millennium Thang Long event. Countless dynasties in the past have contributed to the history of Thang Long - Hanoi. Now, in the era of integration and renovation, the leaders of Hanoi, along with the city's residents, need to have strategies, plans, projects, and actions to embellish both banks of the Red River, constructing architectural, cultural, historical, and tourist landmarks worthy of

Hanoi, a place where the essence of culture, history, and spirituality of the whole nation converges.

During his tenure in Vietnam's foreign defense affairs, General Hieu traveled to many countries on official visits. He was particularly fascinated when visiting the rivers flowing through the capitals of these countries by yacht or boat. These were the Nile River in Egypt, the Volga River in Russia, the Vltava River in the Czech Republic, the Danube River in Hungary, the Thames River in England, and the Ganges River in India... He was greatly impressed to see how these advanced countries had planned and built magnificent structures along their riversides. Especially if there were sandbars in the middle of the river, they turned them into luxurious and alluring hotels. For instance, the Volga River in Russia, over many generations, has left its mark in history with hotels, museums, theaters, and public cultural areas,... the integration of old and new structures was done in a logical and incredibly rich manner in terms of evidence and heritage. Tourists visiting both sides of the river throughout the year would not be able to explore all these facilities. The tourist attractions, intertwined with livelihoods, are truly marvelous, and harmonious, and ensure sustainable environmental conditions. The local residents always have a sense of protecting the green river, like protecting their own source of life, their own bloodstream. Along the Seine River in Paris (France), General Hieu noticed that each bridge spanning the river bore a distinct cultural and artistic imprint, very impressive. Thus, the bridges are not just transportation infrastructure but also works of art for humanity, worthy of generations to enjoy and praise. At a riverside hotel, every morning, when opening the window, one can dreamily admire the flowing river and see how beautiful life is, or sit and enjoy coffee on the terrace of a floating boat, drifting gently along the river while admiring the magnificent structures reflecting on the sparkling water surface. Each riverside structure is meticulously constructed, pouring in so much intelligence and love for the country, all deserving of the pride of the capital city's residents as well as the entire nation.

General Hieu reiterated Uncle Ho's words: "On the day of victory, we will build a more dignified and beautiful Vietnam, worthy of the great powers of the five continents." We have liberated the country for over forty years, yet the Red River flowing through the capital city of Hanoi has still not been honored to its stature, commensurate with its geographical and historical significance. Uncle Ho's instructions are still here, ingrained in the hearts of many Vietnamese people. If the task of honoring the Red River is not accomplished, then the fulfillment of Uncle Ho's wishes is incomplete. If the leaders of Hanoi during the period of integration and renovation have not been able to do so, then they must be accountable to the people, the nation, and history. "The goal of honoring the Red River has been set, resolutions have been made, many scientific workshops on this topic have been organized, and it has been raised in the events of the Thousand Years of Civilization, but until now, it seems that the task has not yet been touched upon," - General Hieu concluded.

He added: "During the time of the Chairman of Hanoi - Doctor Tran Duy Hung, he had glorified Hanoi. Through the terms of Hanoi's Chairpersons, whoever accomplishes good deeds, history will judge. There must be someone responsible, taking the lead, reporting to the National Assembly, the Government, and the Party Central Committee, mobilizing forces to realize the dreams of many generations of Vietnamese people, that is, to embellish both banks of the Red River, construct cultural, historical, tourist, and entertainment facilities deeply rooted in Vietnamese tradition, rich in Vietnamese intellect and creativity. Even though planning and resettlement are very difficult issues, they still must be done. If this term cannot complete it, the next term will continue, we cannot leave the current situation as it is, without making any progress. Segment the tasks, for example, this term will implement phase 1, and the next term will implement phase 2,... It may take up to 3 terms to solve. And this project can be funded by the state or privatized, even with the participation of international organizations in construction..."

Indeed, advanced countries have gone ahead of us, creating beautiful scenery on both sides of the river flowing through their capital, turning the river into a tourist wonder, benefiting greatly from tourism and culture, and having a significant impact. General Hieu hopes that the people of Hanoi in particular, and we Vietnamese people in general, who are rich in willpower, steadfast, and also know how to learn creatively, will contribute their Vietnamese intellect to jointly build and elevate the Red River to a new stature, worthy of being a limitless treasure, and a source of pride for the Vietnamese people.

18. History is not just the past

The photobook titled "Moments of Time" published by the People's Army Publishing House in 2022 is the result of the diligent collection and remembrance of General, Academician, Doctor, and People's Armed Forces Hero Nguyen Huy Hieu.

With 200 pages presented with solemnity and precision, it serves as a radiant "album" depicting his life, his love for his homeland, his country, the military, family, comrades, and international friends.

The photos in the book were carefully selected from over 17,000 documentary photos of General Nguyen Huy Hieu. Among them are precious images from the historic April days, notably the afternoon of April 29th, 1975, when as the commander of the 27th Regiment, together with Political Commissar Trinh Van Thu, General Nguyen Huy Hieu had a historic meeting with Sau Ngau mother (Huynh Thi Sau).

The one who is fated with books

At the age of 18, Nguyen Huy Hieu participated directly in the resistance war against the United States. He was directly present during the General Offensive and Uprising of the Spring of Mau Than (1968), the Route 9 Campaign – Southern Laos (1971), the Quang Tri Campaign (1972), and the Ho Chi Minh Campaign (1975).

In December 1973, he was honored as a Hero of the Vietnamese People's Army for his outstanding achievements in the anti-American resistance war, contributing to the country's liberation.

Regardless of his role, General Nguyen Huy Hieu always made contributions to the construction of the revolutionary, formal, elite, and modern armed forces. Even in retirement, he remained committed to his homeland and the comrades who stood alongside him. For him, writing books is also a way to reflect on these noble ideals.

Before releasing the photobook "Moments of Time," General Nguyen Huy Hieu was already renowned in literary circles for publishing numerous books that he directly compiled, as well as works written about him by writers and journalists. Notable among these are "A Time in Quang Tri," "The General Who Lived in the Dragon's House for 9 Years," "The General with Environmental Security," "A Light in the Storm of Fire," "Applying the Four On-the-Spot Principles in Disaster Prevention and Control," "Memories of April 1975 and Reflections," "Some Issues of Military Art in Homeland Defense War," "The Military in Dealing with Post-War Consequences," and "Some Issues of Defense Foreign Affairs."

At one point, General Nguyen Huy Hieu shared that if it weren't for fighting the enemy, he would have become an educator. Hence, there's the story of him carrying a backpack to the battlefield, as the young soldier Nguyen Huy Hieu still brought books to study, nurturing the dream that after the war, he would become a teacher.

Later, when pursuing a military career, General Hieu continued to focus on reading books and studying historical documents about our forefathers' battles against the enemy. This proved immensely beneficial for his military thinking. As he strived for a commanding position in the military, ranging from low to high levels, he also studied the history of world wars. General Hieu gained access to the valuable book "Reminiscences and Reflections" by G.K. Zhukov (a talented Russian general).

Besides, he fought and worked under the command of skilled mentors and superiors, who were knowledgeable, erudite, and experienced in military affairs so he absorbed invaluable knowledge and experiences from them. General Hieu diligently accumulated and pondered over this knowledge, intending to later write into military science books.

Readers who have seen the works of General Nguyen Huy Hieu can easily recognize that whether they are memoirs or military scientific and artistic works, his works always highlight the qualities of intellect, emotion, and determination towards comrades and the mission of soldiers and commanders in both wartime and peacetime. Furthermore, General Nguyen Huy Hieu's books always clearly show three prominent messages that he wants to impart to everyone: the message of peace, the message of environmental protection, and the message of love between people.

Particularly, he spent years fighting in Quang Tri, an extremely fierce battlefield later detailed in the book "A Time in Quang Tri." The photo book "Moments of Time" contains precious images from those heroic years, meticulously edited and presented in a scientific and logical manner.

Seemingly born to study military science, General Nguyen Huy Hieu always seeks to explore and discover the new, inheriting and leveraging knowledge with intelligence, creativity, and innovation suitable for each historical period. Flexibility - proactivity - creativity are his policies in scientific research, and that is clearly shown in his books.

The treasure of diverse knowledge

Why are memories so precious? The answer can only be that history is something that cannot be changed. History is the legacy of the past in the present. Understanding the connection between the past and the present is fundamental to shaping the future.

In an article about General Nguyen Huy Hieu, writer Kieu Bich Hau remarked that a unique highlight in his life is that in every stage, in every diverse activity, he left behind books which are "a treasure of diverse knowledge" conveyed in a simple, understandable manner through the life experiences he had, and the lessons drawn from them.

With the release of the photobook "Moments of Time," once again General Nguyen Huy Hieu shows readers that history is an eternal stream, never ceasing, connecting the past with the present and the future. Life is made up of memorable moments, and vibrant and invaluable frames.

19. Gratitude to Teammates - Journey to Honor Golden Memories

It has become a tradition that every year, on the anniversary of the Liberation Day of the South on April 30th and the Day of Invalids and Martyrs on July 27th, Lieutenant General Nguyen Huy Hieu and his wife, Lai Thi Xuan, embark on a journey to pay tribute to their comrades. The trip usually lasts one to two weeks, starting from Hanoi and passing through Quang Tri, Da Nang, Hue, and Ho Chi Minh City, reliving countless memories and life-and-death experiences with their comrades. When they reach Lai Thieu (Binh Duong), General Hieu often visits "Mother of the South," who gave him a map back then, helping him march in time to liberate Saigon.

General Nguyen Huy Hieu's 2023 journey of gratitude to his comrades was remarkably special. Every year, Mrs. Do Thi Hoa, a female entrepreneur in Vinh Phuc province, sponsors 300 gift sets (each worth 500,000 VND) to be distributed to policy beneficiary families in Quang Tri. The Ministry of National Defense, in charge of ensuring the operation's success, prepared a military vehicle along with a senior officer and a driver to join this meaningful journey of gratitude with General Hieu and his wife. Mrs. Hoa, the female entrepreneur, along with some employees from her company, also joined the delegation to pay tribute to the comrades alongside General Hieu.

Nghe An was the first stop with the initial tribute activities of the delegation. General Hieu and his wife visited families and policy beneficiaries under the 1st Military Region and some retired officers in Nghe An. Here, General Hieu reunited with some old comrades, offering gifts and reminiscing about the intense wartime memories. They, the young soldiers in their late teens and early twenties, once wielded weapons and charged into the fire and bullets, fighting to reclaim their homeland, to secure independence, freedom, and peace for the people. Now, as they have reached the elder generations, the stories they share become valuable lessons for their descendants in peacetime, urging them to strive for the nation's economic development and the well-being of the people. The golden memories of those commanders and soldiers of that era become a mirror, a motivation for the next generation to follow.

After two days of stopping in Nghe An, General Hieu's delegation continued their journey, arriving at the hometown of General Vo Nguyen Giap in Le Thuy, Quang Binh. General Hieu presented the Military Command of Quang Binh province with the photobook "Moments of Time," containing some photos taken with General Giap during the years 1980 - 2010. Reflecting on memories with General Giap, as well as practical lessons from the battlefield experience, these were profound insights into dealing with the challenges of peacetime while building the economy. Here, General Hieu also visited some policy beneficiaries under the Military Command of Quang Binh province.

After Quang Binh, General Hieu ventured into the fiery land of Quang Tri, visiting the Eastern Truong Son (Ho Chi Minh Trail) and paying tribute to his comrades. From this place, the delegation crossed into Laos, visiting the martyrs in the Vietnam-Laos cemetery and reaching Ban Dong, where they presented the photobook to the veterans and the Ban Dong Museum. The photobook "Moments of Time," spanning over 300 pages, is a valuable photographic archive, including images of General Hieu leading troops during his participation in the South Laos Campaign along Route 9. Therefore, the museum at this location received the book with great appreciation, recognizing it as an invaluable resource for officials, citizens, and researchers to refer to.

On July 26th, the delegation returned to Quang Tri to continue their journey of gratitude, following the arranged schedule of Quang Tri province. On the morning of July 27th, the delegation visited the heroic 27th Regiment, met 150 veterans representing the country's warriors, and held a Gratitude Ceremony at the Regiment's Memorial Area. The 27th Regiment Memorial Area is a place of tribute to the 2,500 martyrs of the Regiment, where General Hieu once served as the Regiment Commander. Within the Memorial Area, there is a shrine and a memorial monument with 14 plaques engraved with the names of the 2,500 martyrs. This time, General Hieu was represented in presenting the National Record title to a regiment-level memorial area to the Management Board of the 27th Regiment Memorial Area. It is known that General Hieu, along with the Liaison Committee of the 27th Regiment B5, Quang Tri, raised 15 billion dong over 3 years (from 2016 to 2018) to build this Memorial Area. Currently, the Memorial Area is being expanded with a bell tower and other facilities. During the tribute ceremony, General Hieu presented 300 gift sets to policy beneficiary families in the area.

In the poorest district of Quang Tri province, Dakrong district, General Hieu visited families of the Van Kieu ethnic group, offering encouragement and gifts. This was the first time General Hieu and his wife had visited the Van Kieu people in Dakrong, experiencing firsthand and empathizing with the difficult living conditions of the people in one of the seven poorest districts in the country. After visiting the Van Kieu families, the delegation proceeded to Gia Binh village (in Gio Linh district, Quang Tri), where they visited and distributed 50 gift sets to impoverished families in the area. The impoverished families, who are beneficiaries of government policies in Gia Binh, deeply appreciated the kindness of a general who, during wartime, fought bravely, and in peacetime, did not hesitate despite his advanced age (General Hieu was 77 years old in 2023) and health issues caused by exposure to toxins during the war. He didn't shy away from long journeys, still ventured to the poorest areas of the country to distribute gifts and encourage people to overcome hardships.

At high point 31 in Gio My, where General Hieu once mobilized donations to build a memorial shrine for fallen comrades, he also provided an additional 50 gift sets to families of policy beneficiaries. From there, he, along with his wife and fellow veterans, went to Gio An Pagoda to present the photobook. General Hieu was instrumental in rallying the people to raise 6 billion dong to build this pagoda, and he personally planted a Sala tree at the pagoda. The tree is now thriving, with lush green foliage providing cool shade all around, blessing the area with auspicious blossoms in each season. The monks at the pagoda joined General Hieu in performing rituals to pray for the fallen heroes of Gio An.

An unexpected event occurred on the night of July 27th. The provincial leaders of Quang Tri organized a birthday party for General Hieu right in the midst of the fiery land. General Hieu rarely celebrated his own birthday, as he usually spent it away from home, paying tribute to his comrades on that day. He was truly touched when the moment the screen displayed his birthday, July 27th, along with birthday wishes. He happily gave books to everyone, while all the veterans, officers, and comrades joyfully sang meaningful songs to him on this special day.

The next day, on July 28th, General Hieu and his delegation set off for Hue to visit families of policy beneficiaries and to visit the Nguyen Chi Thanh Museum. He was also unexpectedly invited to visit a French art museum built in Hue. He stayed in Duy Tan for three days before heading to Da Nang to pay tribute to Major General Pham Minh Tam, former commander of the 27th Regiment. General Hieu was delighted to meet again with senior military leaders including Lieutenant General Chiem, Major General Thu, Brigadier General Nhon... They reminisced together about glorious memories and painful losses. Nonetheless, that youthful time was still beautiful, amidst the rain of bombs and bullets, to forge a golden generation, not only brave in battle and victorious in securing independence and freedom for the nation, but also contributing steadfast efforts to build a vibrant Vietnam today...

Previously, General Hieu also visited to present books to the families of senior military leaders in Hanoi, including: the families of General Vo Nguyen Giap, Van Tien Dung, Le Duc Anh, Doan Khue, Le Trong Tan... and presented the photobook "Moments of Time" to these families. He also brought this documentary photobook to gift to many military libraries in various military regions, corps, divisions, branches, general departments, institutes, schools, and libraries in Hanoi and Ho Chi Minh City, as well as to present to veterans... Especially, the documentary photobook was carefully sent by General Hieu to the soldiers stationed on Truong Sa Islands and the Fourth Naval Region.

General Hieu's annual journey of gratitude on April 30th and July 27th has become a symbol, a cultural gesture for generations to follow, learn from, and cultivate the habit of gratitude for everything their ancestors have built, for every achievement brought by peace. Every step he takes leaves behind a sparkling golden light, illuminating our hearts and minds.

20. General Nguyen Huy Hieu and a Mission with Uncle Ho

In the memory of General Nguyen Huy Hieu, an Academician, the images of President Ho Chi Minh - the venerable father of the Vietnamese nation, are not only heroic pages of history but also deeply emotional marks.

In particular, the spring of 1996 left unforgettable memories in his heart. At that time, holding the position of Deputy Chief of the General Staff of the Vietnam People's Army, Mr. Hieu was assigned to the Steering Committee of the Ho Chi Minh Mausoleum Command, along with Minister of Health Do Nguyen Phuong and Russian scientists in the task of preserving President Ho's remains.

This was a task that required not only utmost care but also high levels of secrecy. Russian scientists, with advanced technology and invaluable experience, have transferred the embalming technology to Vietnam. General Hieu, along with a group of Vietnamese military scientists, received this technology. They were also directly trained by Russian experts, ensuring that President Ho's body could be preserved in the best condition, even for thousands of years.

In addition, during this time, General Hieu was also assigned to participate in the Steering Committee tasked with replacing the grass at Ba Dinh yard - an important part of the Ministry of National Defense's project to ensure the ecological system around the Ho Chi Minh Mausoleum. The best grass from Japan was brought to Vietnam to be planted at Ba Dinh yard, not only creating a refreshing green space but also demonstrating the utmost respect for President Ho.

Furthermore, General Hieu was also responsible for the construction, renovation, and preservation of the K9 Da Chong area - where President Ho once evacuated, turning it into a historically significant tourist area. In this project, he and Mr. Bay Dung brought two lotus trees from India to Vietnam, planting them at K9. These two trees are currently growing very well, providing shade throughout the campus.

General Hieu's memories of Uncle Ho extend beyond formal duties. Every spring, these memories resurface within him, like an endless source of inspiration and national pride. He always recalls the care, knowledge sharing, and technological assistance from Russian scientists, as well as the support from the Russian government, all of which helped him and his colleagues fulfill their meaningful mission of preserving the invaluable heritage of the nation.

Through the tasks and missions he performed, General Hieu not only preserves memories of Uncle Ho but also carries on the spirit of patriotism and deep gratitude towards the venerable father of the nation. These memories, now, are not only his own but also belong to the entire Vietnamese nation, serving as vivid testimony to the affection and reverence we hold for Uncle Ho, who dedicated his entire life to the independence and freedom of the Motherland.

21. Follow the General to enter the joyful path

Cheerfulness and carefreeness seem to be innate qualities of General Nguyen Huy Hieu. During his retirement years, he always emphasized another criterion to live joyfully to his relatives and friends, which is to forget hatred and grudges.

During encounters with General Hieu, despite being over 70 years old, he appeared upright, balanced, moving briskly, and more energetic than young people, with a constantly smiling face, a serene and gentle smile. On one occasion, a journalist asked him: "What's the secret to keeping you youthful and healthy like this?" General Hieu outlined three criteria: Happiness, Carefree forgetting of hatred and grudges, enjoying planting, caring for plants, and eating fruits.

So how does one find joy? Especially as one grows older, thoughts often tend to dwell on the past with its sorrows, social activities may diminish as work comes to an end, and titles no longer bring joy to the elderly. General Hieu's perspective is simple: having experienced war, participating in over 60 fierce battles, and still being alive today, each new day is a truly joyful and meaningful day, not to be wasted. The biggest waste is the habit of thinking "killing time," "boredom." He removes the feeling of sadness from his life. Living is about always aiming for happiness, following the JOYFUL PATH as he often says to his close ones.

Indeed, joyfulness lightens the mind, relaxes it, helps the body ward off illnesses, boosts immunity, and slows down aging.

General Hieu's criterion of carefree forgiveness has earned him the respect of many comrades and colleagues who have worked with him for many years. In life, especially for successful individuals, it's inevitable to encounter envy and jealousy from some, and clashes in work environments are unavoidable. General Hieu always holds the belief of accepting his share of the blame. If someone causes harm to him, he immediately forgives. When he lets go of hatred towards them, he frees himself from the invisible bonds they deliberately try to tie him with.

Planting trees for shade and harvesting fruits has been a lifelong passion for General Hieu since childhood. Therefore, after the war, wherever he went, he planted trees. Not only that, he mobilized comrades, relatives, and friends to plant trees with him. The number of trees he has planted, and the people he has motivated to plant over the years, cannot be counted, but the greenery he has contributed to has extended across the entire S-shaped land. In his daily diet, General Hieu prefers to eat fruits, especially bananas, pomelos, pomegranate juice, apples, etc. This daily habit of consuming fruits, which he never neglects even when traveling for work, has contributed to his enduring stamina, resilience, and long-lasting youthfulness.

Every year on July 27th is his birthday, but for the past 72 years, General Hieu has never once celebrated his own birthday. Instead, he organizes trips across the country to express gratitude to his comrades. For him, being healthy and continuing to contribute to this day is already a source of happiness. However, this year, due to the pandemic and travel restrictions to various regions, General Hieu stayed in Hanoi and organized his first birthday party ever.

Some comrades and close friends came to congratulate the general on his birthday, which was held for the first time in his life. During the party to celebrate his 73rd birthday this year (July 27th, 2020), General Hieu happily shared humorous stories, and mischievous antics of young soldiers in the past, eliciting continuous laughter around him. "Happiness is key" - he always reiterated this message. Especially during his first birthday celebration, he also shared with friends collections of memoirs from officers and soldiers, providing them with valuable historical sources to continue living joyfully and contributing effectively to the country and homeland together.

Photos caption:

1- Lieutenant General Nguyen Huy Hieu (second from the left) joyfully celebrates his first birthday ever with friends and military officers.

2- Lieutenant General Nguyen Huy Hieu (second from the left) joyfully celebrates his first birthday ever with friends and military officers.

22. Books with a general - A unique legacy Grateful for life

In his journey of gratitude towards life, Lieutenant General Nguyen Huy Hieu has chosen books as a profound and meaningful form of tribute. In his view, books are not only a source of knowledge but also a means for him to impart his experiences, lessons, and spirit to future generations. This brings deep significance to the transmission and gratitude of life.

Preserving and sharing knowledge

By leaving behind books, Lieutenant General Hieu not only preserves personal knowledge and experiences but also shares them with the community. Books become tools through which he imparts values, thoughts, and knowledge accumulated throughout his life. Whenever esteemed guests visit, he gives books as a gift, or when he goes on official duty, his luggage is laden with books to give to friends, comrades, local residents, and family members...

To Lieutenant General Hieu, books are his way of expressing gratitude for life. Every page and every line contains dedication, emotions, and knowledge that he wants to convey. This is not only a tribute to the past but also an expression of love and hope for the future. Books serve as a bridge connecting the past to the future.

Through his books, General Hieu not only connects the past with the present but also opens doors for the future. Books become bridges between generations, sources of inspiration and learning not only for the present generation but also for future ones.

General Hieu's book collection is not just a source of information but also a source of inspiration. They motivate readers to learn, strive, and *contribute to society. Each book serves as a mirror reflecting a strong spirit, patriotism, and responsibility to the community.*

The life and career of Lieutenant General Nguyen Huy Hieu, along with his dedication to spreading books as a form of gratitude, are evidence of his unwavering spirit of service and dedication. Through his books, he leaves not only a material legacy but also a cultural, intellectual, and spiritual legacy, contributing to the construction and development of the community and the nation.

Accumulating a treasure trove of knowledge for future generations.

Lieutenant General Nguyen Huy Hieu, in his role as an Academician of the Russian Academy of Military Sciences, is not only an outstanding military leader but also a versatile scholar. His contributions to the field of literature extend beyond writing research books on military science or environmental protection, he also extends his reach by providing materials to nearly a dozen authors writing about him, resulting in a diverse range of works.

General Hieu has left a treasure trove of knowledge through his own works and those written about him. These works not only reflect on military science, a field he is deeply knowledgeable about, but also extend to topics such as environmental protection, history, experiences, and life skills. This diversity not only enriches the treasure trove of knowledge but also reflects the richness in his thinking and approach to life and society.

Through these works, General Hieu not only imparts knowledge but also inspires the scientific community and readers. His books, both authored by him and written about him, are not only valuable sources of information on specific topics such as military science and the environment but also a source of inspiration for critical thinking, creativity, and strategic vision.

The richness of the topics Lieutenant General Hieu and other authors focus on in their works reflects the depth of his knowledge and thinking. Each work is a journey of exploration into the world of knowledge, history, and humanity, demonstrating the subtlety and depth of his perception and analysis of issues.

Lieutenant General Hieu's work is a tribute to the past and a way for him to motivate and inspire the future. Each book, each work is not only a tribute but also a source of inspiration, a reminder of the importance of knowledge, learning, and creativity.

Through his diverse and profound writing career, Lieutenant General Nguyen Huy Hieu has accumulated a valuable legacy of knowledge and spirit for present and future generations. The works he wrote and the works written about him are invaluable sources of knowledge, guiding lights for passionate souls seeking knowledge, exploration, and creativity.

23. The general planted 7 Gratitude Trees

In the midst of life's increasing uncertainties, there is nothing more precious than the ability to show gratitude, reciprocate kindness, and nurture the green environment. Lieutenant General Nguyen Huy Hieu, an example of courage in combat, wisdom in command, and filial piety, demonstrated this through his unique way of expressing gratitude: planting trees to commemorate and express gratitude to his compatriots, comrades who have accompanied and supported him throughout his military career. Not only symbols of life, these gratitude trees are also prerequisites for the prosperity and sustainable happiness of humanity.

Below are 7 famous gratitude trees that he planted in different regions of the country:

1. The Banyan Tree in Dong Xoai (Binh Phuoc): *planted on the occasion of the 10th National Party Congress in April 2006. The tree was planted where General Hieu led the rapid march, bringing the 27th Regiment to assemble, to advance towards the liberation of Saigon in 1975. That location has now become the 16th Division Park, located within the command headquarters of the 16th Division (Dong Xoai). This banyan tree is always carefully nurtured and protected. Currently, this banyan tree is the largest in the 16th Division Park, with a trunk so large that several people can embrace it. It has become a symbol of national unity and a testament to the significance of sacrifice and determination in life. From a small seedling, the tree has grown vigorously, creating a cool green space where memories of the past and hopes for the future are preserved and nurtured.*

2. The Square Terminalia catappa Tree at Hospital 175 (Ho Chi Minh City): *In 1996, a square*

Terminalia catappa tree was gifted to General Nguyen Huy Hieu on the occasion of his deployment to the Spratly Island. Navy soldiers presented him with this tree to bring back to the mainland, he brought the tree back and planted it for a while in Vung Tau. After the tree grew, he brought it back to Hospital 175, which was once the "Republic of Vietnam Central Military Hospital", where he marched to liberate and took over in 1975. Thus, Hospital 175, a place that witnessed historic moments of the nation, now adds a new beauty - a robust square Terminalia catappa tree. The tree is a symbol of life, resilience, and hope. It evokes memories of the past and asserts that cultural and historical values always exist and develop.

3. The Banyan Tree at Po Hen (Quang Ninh): *The banyan tree was planted at Po Hen to commemorate the 53 officers and soldiers who sacrificed their lives in 1979. This place used to be a border guard station that was attacked by the Chinese side, resulting in the sacrifice of 53 of our officers and soldiers in 1979. General Hieu planted a banyan tree there, and now a shrine has been built to commemorate those who fell that year. At this site marked by the pain of loss, a green tree provides shade, symbolizing gratitude and remembrance for the officers and soldiers who fought, sacrificed, and defended the homeland's borders.*

4. The Bodhi Tree at Tan Thanh Pagoda (Lang Son): *On December 22nd, 2010, the Bodhi tree was brought from the land of Buddha, India, to be planted at Tan Thanh Pagoda, Lang Son. This Bodhi tree was planted before a temple was built there. The local authorities invited General Hieu to plant this tree at that location for security reasons, to prevent attacks from the other side. After General Hieu had planted the Bodhi tree for a while, a large temple was constructed there, and the tree is now the largest among all the trees planted within the temple grounds. A large stone slab, weighing 2 tons, was brought from Ninh Binh, engraved with General Hieu's name, the date he planted the tree, and placed under the tree's roots. Because General Hieu belonged to the Nguyen Bac lineage, which had merits* *during the reigns of King Dinh and King Le, the temple's abbots wanted to carry out such a meaningful deed. Mr. Le Quang Dao, who was then a lieutenant colonel and the border guard station chief in Lang Son, was assigned by General Hieu to take care of the Bodhi tree. He has now been promoted to the rank of major general, serving as the Commander of the Coast Guard.*

5. The Sala tree in Nam Dan (Nghe An): *The Sala tree was planted by General Hieu on July 20th, 2016, within the precincts of the Martyrs' Memorial and the inscription plaque of the 27th Infantry Regiment in Nam Anh commune, Nam Dan district, Nghe An province (where the 27th Infantry Regiment was established). The tree is currently flourishing very well. The Sala tree is a symbol of connection and development. It evokes memories of beautiful moments and hopes for the future. It also serves as evidence of the significance of caring for and nurturing the environment.*

6. The Sala tree in Vinh Phuc: *The Sala tree was brought by General Hieu from the land of Buddha, India, and planted in 2017 at Linh Son Pagoda, Lung Hoa commune, Vinh Tuong district, Vinh Phuc province. General Hieu's name is engraved on a commemorative stone placed under the tree's roots. This Sala tree symbolizes understanding, wisdom, the imagery of life, and hope. It is evidence of the harmonious connection between humans and nature.*

7. The Kim Giao tree at Nguyen Du Middle School (Hanoi): *The Kim Giao tree was planted at Nguyen Du Middle School, Hanoi, on November 20th, 2022, to express gratitude to teachers in general. The Kim Giao tree represents intelligence and respect. It reminds the younger generation of the cultural and educational values that every citizen should cherish and protect.*

In life, education doesn't just exist within classrooms or textbooks, it's everywhere, in all our actions. One of the most effective ways to convey the values of gratitude and environmental respect is through tree planting. General Nguyen Huy Hieu has done this, turning acts of gratitude and environmental protection into a singular activity, imbued with profound meaning and education for the community.

In each tree that General Nguyen Huy Hieu plants, there lies a symbol of life, a lesson about gratitude and individual responsibility towards the environment. These trees are part of the natural landscape, part of an educational approach, reminding people of the importance of protecting and respecting the environment.

With each gesture of gratitude and tree planting, General Nguyen Huy Hieu has contributed to building a society of gratitude and a clean, green living environment, creating conditions for future generations to thrive and prosper. At the same time, these actions are also valuable lessons in compassion and respect for the environment, instilling in each individual a strong sense of responsibility towards our planet.

Looking at those green trees, we not only see the vitality and strength of nature but also recognize the profound significance of gratitude and environmental stewardship. Let us follow General Hieu's unique actions, to together preserve and protect these green values, so that the path of gratitude and environmental protection may continue indefinitely.

24. A profound memory from the "50th Anniversary of the battle of Dien Bien Phu" Workshop

"As we prepare to celebrate the 70th anniversary of the Dien Bien Phu victory (May 7, 1954 – May 7, 2024). I cannot forget a vivid memory from an important event in the past. It was the workshop held 20 years ago, marking this historic event, organized by the Vietnamese government in Hanoi, with representatives from 150 countries and territories. I was fortunate to be assigned by the Ministry of Defense to attend this workshop along with General Vo Nguyen Giap, one of the most significant figures of the Dien Bien Phu victory." – Lieutenant General Nguyen Huy Hieu shared in anticipation of the 70th Anniversary of the Dien Bien Phu victory.

Anyone who has the opportunity to visit General Hieu's office on Tran Vu street (Hanoi) will be impressed by a large photograph prominently displayed on the wall near his desk. The photographer captured a deeply meaningful moment when General Vo Nguyen Giap and General Hieu were attentively and joyfully looking in the same direction dutting the "50th Anniversary of the battle of Dien Bien Phu" workshop.

This photograph, taken exactly 20 years ago by Colonel and Photographer Tran Hong, eternally preserves the

meaningful moment of the event. A photograph can tell a historical story and retain the emotions of that moment. Lieutenant General Nguyen Huy Hieu cherishes this precious moment in his life, considering it a golden memory.

He shared that, during the workshop, after the opening speech and the main presentation in Vietnamese, General Vo Nguyen Giap answered questions from foreign delegates entirely in French. Many of the delegations at the workshop were from countries and territories fighting for independence, so in his responses, the General emphasized the dosmetic and international situation at the time of the battle of Dien Bien Phu. He briefly summarized the course of the battle and then delved deeper into the determination of the Central Party and President Ho Chi Minh's idea to annihilate the enemy's stronghold at Dien Bien Phu, a mission entrusted entirely to the General.

Next, the General explained to the foreign delegations the developments of two crucial phases of the battle: the first phase was the initial plan for a swift and secisive attack, which faced many difficulties, leading to the withdrawal of the artillery from the battlefield; the second phase involved a more methodical and steady attack aimed at the complete libration of the North. During the historic 56 days and nights of the assault on Dien Bien Phu, the General emphasized the decisiveness and strength of the Vietnamese army, which mobilized five divisions for the battle. He highlighted the contributions of the pioneering 308th Division and the victorious 312th Division, which captured General de Castries. He also mentioned the crucial role of the artillery forces in the liberation of Dien Bien, addressing questions about Vietnam's experiences in the battle of Dien Bien Phu posed by representatives from countries fighting for national independence. The General provided an in-depth analysis of why the Vietnamese people defeated the French, attributing it to Vietnam's long history and cultural traditions spanning four thousand years. Despite colonizing Vietnam, the French failed to understand the culture, history, and people of this nation, leading to their defeat by the united Vietnamese populace. When asked about people's warface, the General gave a detailed response. People's warfare included regular army units, local forces, and militia.

General Vo Nguyen Giap not only spoke about the victory on the military front but also highlighted the strength of national unity and the contributions and sacrifices of the people of the Northwest region. He emphasized the extremely effective participation of the civilian labor forces, who transported supplies and ammunition, supporting the 56-day campaign. The logistical support for such a lengthy campaign relied on the civilian labor forces from the provinces and lowland ares, who provided manpower and materials to the highlands, ensuring the timely delivery of supplies and ammunition, ultimately securing the decisive victory at Dien Bien Phu. He emphasized the importance of the Vietnamese art of people's warfare, the leadership talents of president Ho Chi Minh, and the material and logistical support from the Soviet Union and China, as well as the moral support from many other countries, especially those fighting for national independence. By uniting these forces of great solidarity, Vietnam's strength was multiplied many times over. He also recalled President Ho Chi Minh's saying: "A small nation can defeat a big nation if it is united and dares to raise the flag of nationalism."

The answers given by General Vo Nguyen Giap to the representatives of several countries during the workshop, the photograph capturing the meaningful moment, and the published articles about this event always preserve the precious memories of a historical period and the invaluable lessons from the battle of Dien Bien Phu, especially the power of national unity independence and freedom.

25. Lieutenant General Hieu and 4 historical photos

Pictures can tell more than one story, and in his meaningful military career, General Nguyen Huy Hieu cherishes four photos the most, as they mark memorable milestones and his glorious achievements.

The first is a photo he took with Russian President Putin, reflecting his recognition for international cooperation efforts. The second photo is General Hieu receiving the certificate of Russian Science Academy. The third photo is General Hieu and the Mother handing him a map as he prepared to liberate Saigon in 1975, a sacred memory of the struggle for national independence and reunification. Finally, there is a photo of the memorial site for the heroic 27th Regiment martyrs, symbolizing gratitude and remembrance for comrades who sacrificed theirs lives for the country. These photos are not just moments but stories of patriotism, bravery and solidarity.

When talking about General Hieu, the public immediately thinks of a general associated with the nation's glorious wartime past. But what is a glorious past? If I were to describe a glorious past, I would "borrow" the past of General Nguyen Huy Hieu as the most accurate example of the term "glorious".

Regarding the positions General Hieu has held, he successively served as Squad Leader to Deputy Regiment Commander and Regiment Commander (1965-1975); was appointed Division Commander of the 390th Division (1980); First Deputy Commander of the 1st Corps (1987); Commander of the 1st Corps (1988); Deputy Chief of the General Staff (1994); and Deputy Minister of National Defense (1999).

So if we talk about General Hieu's memorable stories from the past, for someone like him, each month and day passed surely holds special stories deeply engraved in his heart to this day and forever. The stories are so numerous that one wouldn't know when they'd end, yet fortunately, there are four photos of him that have emerged. These photos are not simply "photos", they are "talking" photos that tell four memorable stories from General Hieu's past.

1. The first photo is General Hieu and Russian President Vladimir Vladimirovich Putin

Taken in 2007, at that time, General Hieu was a Senior Lieutenant General, a member of the Central Committee of the Communist Party, Deputy Minister of National Defense, and Permanent Vice Chairman of the Vietnam National Committee for Search and Rescue. He attended an international conference in Russia with 22 Pacific countries – those related to maritime and oil and gas issues. Before attending this conference, General Hieu read an article about natural disasters frequently occurring in Vietnam, with an average of 6 to 10 major storms each year, such as flash floods, mudslides, landslides, and tornadoes.

In regions such as Central Vietnam, Dien Bien, Quang Ngai, and Quang Nam, earthquakes often occur. Although earthquakes in Vietnma, compared to other countries, are still at a moderate danger level, they are generally natural disasters that frequently occur in Southeast Asia. Besided mountainous areas, natural disasters also commonly occur in coastal regions. With a coastline stretching over 3,200 kilometers, natural disasters along the coast are significant and pose great dangers to the coastal fishing communities, such as in areas like Con Co Island, Bach Long Vi Island, Con Dao, and others.

This is one of the serious incidents that General Hieu wanted to find a way to address. Therefore, when attending the international conference in Russia, he shared about the natural disasters that Vietnam has faced, including the "wrath" of Mother Nature and the terrible wars, with 22 countries, so that other nations and the world could understand and join hands to help Vietnam find solutions to prevent natural disasters and minimize damage to people and property. For him, the most important thing is human lives.

Vietnam has also actively implemented various remedial measures, especially mobilizing the entire political system to participate in disaster prevention and rescue efforts. In addition, Vietnam has organized the "Greening Barren Hills" movement to restore greenery along the coast, inland, and in areas devastated by war.

The conference concluded and attracted the interest of President Putin. He met, interacted, and exchanged with all the delegation leaders. And thus, the photo of General Hieu shaking hands with President Putin was born.

2. The second photo was taken when General Hieu was awarded the title of Academician by Russia for Military Arts.

A prestigious title for General Hieu, awarded after he dedicated 9 years to leading the Vietnam – Russia Tropical Center and collaborated with Russian scientists on research in three fundamental areas: tropical durability, tropical biomedicine, and tropical ecology.

During his time in charge of the Vietnam – Russia Tropical Center, he authored seven scientific works on military and foreign affairs, contributing to advising the Party and State on elevating the strategic partnership and comprehensive cooperation with the Russian Federation. With these seven valuable military scientific works, General Hieu was elected and awarded the title of Academician for Military Arts by the Russian Academy of Sciences on April 2, 2010. It is even more proud that he is a foreigner and the first Vietnamese to receive this prestigious title. Additionally, as the Co-Chairman of the Vietnam – Russia Tropical Center, he made significant contributions to strengthening and consolidating the strategic partnership and comprehensive cooperation between Vietnam and the Russian Federation.

And when mentioning Lieutenant General Nguyen Huy Hieu, one must certainly talk about the "Four-on-the-spot", which he founded. Originating from the war against the Americans and standing amidst natural disasters when level-5 winds grounded planes and flash flood rendered vehicles immobile, he and his fellow citizens resiliently fought against natural disasters. This was when the "Four-on-the-spot" emerged: On-site command, on-site forces, on-site materials, and on-site logistics. To this day, this principle is still applied nationwide and is always used in Vietnam's storm and flood prevention, as well as rescue and relief operations. Moreover, the State produced a film titled "The General of Four-on-the-spot", which was widely broadcast at the beginning of 2024.

Accumulating vast knowledge from his days of practical combat, command, and research, General Hieu has authored and published numerous books on Military Science. Among these are:

- *Study No.1 on Issues of Vietnamese Military Art*
- *Applying the Four-on-the-spot in Disaster Prevention*
- *The Military and Post-war Consequence Management*

For him, all these works are like a treasure chest containing the stories, experiences, and knowledge that General Hieu has accumulated and distilled over the years.

3. The third photo is when General Hieu met Mother Sau Ngau in Lai Thieu

This photo holds great historical significance. At that time, General Hieu was the Regiment Commander of the 27th Regiment, 30B Division, 1st Corps.

In the photo, Mother Sau Ngau (who used to be a French teacher in Saigon) is seen with General Hieu examining a map. General Hieu asked Mother Sau Ngau for information and routes from Route 13 to Saigon. When he showed her the map, she said she wasn't familiar with it and went to her room to get another map of her own. On her map, she had marked and clearly written important symbols in beautiful handwriting.

She said: "From here to Lai Thieu is about 5 kilometers. There is the Huynh Van Luong School, which trains enemy non-commissioned officers and is commanded by a colonel with about 2,000 soldiers. Tomorrow, when moving, you should avoid attacking here to save ammunition and avoid unnecessary casualties. You need to head straight to Lai Thieu and then quickly capture Vinh Binh Bridge.

This will be difficult because they have set up many obstacles such as barrels filled with sand, barbed wire fences, and mines. If you cannot capture it, your vehicles won't be able to enter Saigon."

After the detailed and dedicated guidance from Mother Sau Ngau, General Hieu and his comrades prepared throughout the night until 4:30 a.m. the next day to attack Saigon. He silently thanked and expressed his gratitude to her, promising to return to visit her and the locals after the decisive battle and victory.

As promised, they returned to Lai Thieu after achieving victory. The 27th Regiment successfully completed their mission on the morning of April 30, 1975, and returned to Lai Thieu to visit Mother Sau Ngau and the local people.

4. The final photo is the Memorial Site for 2,352 Martyrs of the 27ᵗʰ Regiment and the Victory Monument for the 5ᵗʰ Battery, 16ᵗʰ Company, and the 17ᵗʰ Regiment

Khu tưởng niệm 2352 liệt sĩ Trung đoàn 27 và Bia chiến tích Khẩu đội 5 tại thôn Phương Ngạn Triệu Long, Triệu Phong, Quảng Trị do Thượng tướng, Viện sĩ - Tiến sĩ Nguyễn Huy Hiệu và Ban liên lạc Cựu chiến binh Đại đội 16, Trung đoàn 27 Xây dựng ngày 13/6/2016

After the war ended, Lieutenant General Nguyen Huy Hieu and the Liaison Committee of Veterans of the 16ᵗʰ Company, 27ᵗʰ Regiment, called for support to build a memorial site for more than 2,500 martyrs.

2,500 is a very large number. General Hieu shared that this represents the greatest sacrifices and loss. When a regiment has a maximun of 2,000 people, but the sacrifices here amounted to 2,500, meaning it's more than a regiment. Among them, the Regimental Commander Cao Uy also fought and sacrificed his life here.

The memorial site in Quang Tri was inaugurated on August 14, 2016, and was built on an area of over 500 square meters. It includes a main memorial house and 14 stone tablets inscribed with the names of more than 2,500 martyrs of the 27th Regiment who fought and sacrificed their lives on the Quang Tri battlefield. As per tradition, every year on July 27, veterans of the regiment send representatives to hold a ceremony, express gratitude, and distribute gifts to policy beneficiaries in the area.

This memorial site is opened to honor and remember comrades and fellow countrymen who bravely sacrificed themselves for the homeland. For General Hieu, it is deeply moving to see their names inscribed on the tablets, even though their remains cannot be found. However, for their families, this place serves as the only solace for their grief. They come to visit, embrace the tablet engraved with the name of their lost loved one, and shed tears. Currently, efforts are being made to build a bell tower and a guest reception house at this site.

Through these four photos, four different stories, but we can all see the greatest commonality: Senior Lieutenant General Nguyen Huy Hieu's patriotism shines through his unwavering dedication, construction, and continuous development for the benefit of Vietnam. This has been evident from when he was just a "young man" to when he became a Lieutenant General and a military scientist of Vietnam.

About the Author

Kiều Bích Hậu

Nhà văn Kiều Bích Hậu Hội viên Hội nhà văn Việt Nam Đặc trách nội dung website Nhà văn & Cuộc sống Giám đốc truyền thông SaVipharm Nhà sáng lập, và Trưởng Nhóm Nữ dịch giả Hà Nội 9 Giải thưởng văn học trong nước và quốc tế Xuất bản 26 sách văn xuôi, thơ, tiểu luận tại Việt Nam, Ý, Canada, Hungary, Romania, Mỹ. Tác phẩm đã xuất bản 18 ngôn ngữ trên thế giới: Anh, Ý, Hàn Quốc, Nga, Marathi, Hindi, Romania, Hungary, Tây Ban Nha, Đức, Bồ Đào Nha, Nepal, Uzbek, Pháp, Thổ Nhĩ Kỳ, Trung Quốc, Motenegrin, Ả Rập…

Writer Kieu Bich Hau
Member of Vietnam Writers' Association.
Managing editor of Writer & Life magazine
Media Director of SaVipharm.
Founder and Head of Hanoi Female Translators 9 local and international Awards in Literature Published 26 books of

prose, poetry, essay in Vietnam, Italy, Canada, Hungary, Romania, USA.

Her poems and short stories have been translated into many foreign languages (18): English, Italian, Korean, Russian, Marathi, Hindi, Romanian, Hungarian, Spanish, Portuguese, Nepali, Uzbek, French, German, Turkish, Chinese, Montenegrin, Arabic...

www.ingramcontent.com/pod-product-compliance
Lightning Source LLC
LaVergne TN
LVHW041658070526
838199LV00045B/1110